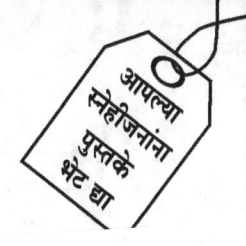

निमित्त

वपु काळे

मेहता पब्लिशिंग हाऊस

NIMITTA by V. P. KALE

निमित्त : वपु काळे / ललित लेख

© स्वाती चांदोरकर व सुहास काळे

मराठी पुस्तक प्रकाशनाचे हक्क मेहता पब्लिशिंग हाऊस, पुणे.

प्रकाशक : सुनील अनिल मेहता, मेहता पब्लिशिंग हाऊस,
१९४१, सदाशिव पेठ, माडीवाले कॉलनी, पुणे - ४११०३०.

प्रकाशनकाल : फेब्रुवारी, १९८९ / मार्च, १९९७ / एप्रिल, २००२ /
ऑगस्ट, २००८ / जानेवारी, २०११ /
एप्रिल, २०१३ / पुनर्मुद्रण : जानेवारी, २०१६

मुखपृष्ठावरील छायाचित्र - सुभाष सबनीस

सजावट : चंद्रमोहन कुलकर्णी

10 Digit ISBN 8177662996

13 Digit ISBN 9788177662993

ISBN For E-Book 9788184989304

शब्द आणि सूर
ह्यांच्यावर हुकमत असलेले
श्री. यशवंत देव
आणि
आवाजावर प्रभुत्व असलेल्या
सौ. करुणा देव
ह्या उभयतांना

कथानुक्रम

तो काळ सुखाचा

गजरा : हा मनाचा लपंडाव की डोळ्यांची भुरळ? समोर कोण उभं आहे? कुंकवाचा मालक की राउळीचा देव?

हिरोजी : मी नाईकांचा हिरोजी तुझ्यासमोर उभा आहे.

गजरा : पुढच्या ताटातुटीची काळघटका समोर दिसली की वाटतं, धावून, पकडून मिठी मारावी. पाखरागत भरारी मारण्यासाठी टाच उंचावली तर शेजेच्या सरल्या जागी समोर मराठ्यांचा मायबाप दिसतो. मन बावरतं, चित्त घाबरतं, गुडघे लटके पडून देहाचा तोल कोसळतो आणि पायांवर अशी लोळण घ्यावीशी वाटते. *(पायांवर कोसळते.)*

हिरोजी : *(तिला वर उचलून, हृदयाशी धरून)* जिवीच्या जिवलगे... *(प्रेक्षकांच्यात हशा व टाळ्या आणि शिट्ट्याही)*... हीच आता आपली शेवटची भेट.

गजरा : धनी, जिवाच्या मोलानं दौलतीची राखण विकत घ्याल; पण ही पायाची बटिक मागं झुरत राहील, त्याची वाट काय? धनी, वैऱ्याची समशेर आपल्या उरात रिघेल त्या वेळी ह्या दासीचा प्राण कुडी सोडून जाईल, असा आशीर्वाद द्या.

(प्रेक्षकांतून काही विशेष आवाज, हशा, टाळ्या)

...उघड्या डोळ्यांनी, निधड्या छातीने मृत्यूला कवटाळायला निघालेला हिरोजी, देशासाठी तोतया शिवाजी बनून जान कुर्बान करणारा हिरोजी आणि त्याच्याएवढीच त्याची कर्तबगार बायको गजरा. देशाच्या संसारासाठी स्वतःच्या संसाराची होळी करणारी मानिनी, त्यांच्या ताटातुटीचा हा जीवघेणा क्षण! हिरोजी झाले होते खांबेटे मास्तर आणि अस्मादिक 'गजरा.' ह्या

क्षणापर्यंत नाटक कसं स्वर लावून चाललं होतं; पण गजरा आणि हिरोजी जवळ आल्यावर, समोर प्रेक्षकांच्यात भलतीच प्रतिक्रिया दिसायला लागली. पोरं हसायला लागली, चेष्टा करू लागली, शिट्ट्या मारू लागली. क्षणभर हे काय चाललंय, का चाललंय याचा उलगडा होईना. मी थोडासा बावरलो. तस त्या वेळी माझं वय जेमतेम १५-१६ वर्षांचं! केला होता स्त्री-पार्ट. तिथं सगळंच सांभाळायचं! केस, अंबाडा, इतर नकली भाग आणि ह्या सर्वांत भर म्हणजे नऊवारी पातळ - जे सांभाळताना एरव्ही खुद्द बायकांची फेफे उडते *(हल्लीच्या)*, तिथं मी तर काय? हे सगळं सांभाळून संवाद बोलायचे, त्या वयातल्या अकलेप्रमाणे, शिकवला असेल तेवढा अभिनय करायचा! काही काळ कळेचना काय होतंय ते. केस अंबाड्यासकट जाग्यावर होते, पातळही ठीक होतं. *(पिना काय कमी लावल्या होत्या?)* आणि मग उलगडा झाला आपल्याला! - आपण खरोखरीच्या गजरा झालो आहोत व खांबेटे हिरोजी झाले आहेत असं वाटतंय; पण पोरांच्या हिशोबी? समोर त्यांचे खांबेटे मास्तर व एक बाई *(असेना खरा पुरुष - पण बाईच)* - एकमेकांना तोबा-तोबा! अंक कसाबसा पार पडला. *(पाडला!)* - श्री. अक्षीकर, इतर सगळे मास्तर, आम्ही काम करणारी मंडळी - सर्वजण मुलांच्या वाह्यातपणावर - औचित्यभंगावर खूप भडकलो; पण कोण काय करणार?

- पण नाही! आमच्यापेक्षा जास्त, ज्यांचं रक्त सळसळणं स्वाभाविक होतं ते कै. मामा वरेरकर त्या वर्षी अध्यक्ष व प्रमुख पाहुणे म्हणून उपस्थित होते. त्यांनी सर्व विद्यार्थ्यांची अगदी कडक व बोचऱ्या शब्दांत संभावना केली. त्यांना भावना कशा कळत नाहीत, पावित्र्य कसं समजत नाही, वगैरे वगैरे ताशेरे झाडले. पुढं ते म्हणाले, ''गजरा, ही माझ्या सर्व मानसकन्यांमधील आवडती कन्या आहे. ज्या मुलानं ती आज इथं उभी केली तो मुलगा धन्य आहे. अशी 'गजरा' मी आजवरच्या आयुष्यात पाहिलीच नाही.''

- त्यानंतर आत येऊन मामांनी त्यांच्या पद्धतीप्रमाणे विचारलं, ''काय रे, तुझा बाप कुठाय?''

''आजच 'खडाष्टक' नाटकाचा प्रयोग आहे, तिकडे गेलेत.'' त्यावर मामा म्हणतात, ''अरे, असा कसा बाप! - मी असतो तर 'खडाष्टक'च काय, पण 'फडाष्टक' असतं तरी न जाता माझ्या मुलाचं काम पाहायला गेलो असतो.''

- त्या रात्री प्रयोग संपताच मी घरी आलो व ती. अण्णांना हा प्रकार व मामांनी दिलेली शाबासकी सांगितली. त्यावर अण्णा हसून म्हणतात, ''मामा प्रत्येक नटाची अशीच स्तुती करतात. असं काम मी कधीच पाहिलं

नाही, असं नेहमी म्हणतात.''
- माझं काय झालं असेल ते सांगायला नकोच! –
सांगण्यासारखं नंतर मात्र बरंच व्हायला लागलं. अगदी पहिली बाब म्हणजे, शाळेच्या दरवाजावर बसणाऱ्या हिरालाल गुरख्याचा रोजचा सलाम लागू झाला. खूपदा शाळेचा, अक्षीकर स्ट्रीटवरचा दरवाजा उघडा ठेवीत. छबिलदास गल्लीचा दरवाजा उघडा असायचा; पण गुरखा केव्हा केव्हा अडवायचा. दुसऱ्या दरवाजानं जाण्याचा उगीचच कंटाळा यायचा; पण त्या 'स्त्री-पार्टी'नं सगळे दरवाजे खुले झाले. गुरखा मला अडवेनासा झाला. अगदी आजपावेतो त्या गुरख्याने माझी आठवण ठेवली आहे. तशीच ओळख श्री. *(चित्रकार)* मालाडकर आणि सौभाग्य वस्तुभांडारातील श्री. रणभरे ह्यांनी ठेवली आहे.
शालेय जीवनातील आठवणी लिहिण्याची वेळ आल्यावर हेच का आठवावं? आणखी इतर खूप काही काही आठवायला हवं; पण नाही आठवत आणि त्याला कारण आहे. जिथं आपण हरवतो, हरखून जातो ते कायम लक्षात राहतं. छबिलदास शाळेच्या बाबतीत माझंही तेच झालं. मी त्या शाळेत हरवलो नाही, वेडावलो नाही. हे माझं आहे, अशी दृढ भावना निर्माण झाली नाही अणि त्याला एक महत्त्वाचं कारण होतं. मनावर सगळे ठसे पुण्याच्या वातावरणाचे होते. वयाच्या सहाव्या-सातव्या वर्षांपासून रक्तात भिनली होती पुण्याची शाळा. तिथलं वातावरण, तिथले मास्तर. ही श्रद्धा एवढी अंध होती की, गणितं शिकवताना श्री. ओक मास्तरांनी पट्टी मारली तरी वाटायचं, ''हे कसलं मारणं ? – मारावं तेदेखील पुण्याच्या मास्तरांनीच! ते कसं छान मारतात.'' – एखाद्या दिवशी एखादे मास्तर आले नाहीत तर वाटायचं, ''हॅं, ही कसली दांडी? –कदांडी मारावी तीही पुण्याच्या मास्तरांनीच,'' हा असा मामला होता.
बहुतेक पहिला तास असायचा ओक मास्तरांचा, गणिताचा. ओक मास्तर बऱ्याच वेळा तास सुरू झाल्याबरोबर येत नसत. पहिल्यापासून छबिलदासमध्ये असलेल्या देशमुखाला मी विचारलं, ''हे मास्तर रोज कसे उशिरा येतात?'' - तेव्हा तो म्हणाल्याचं आठवतं, ''ह्या मास्तरांकडे शाळेच्या हिशोबाचं कामदेखील आहे. तो हिशोब संपल्यावर ते येतात.'' ओक मास्तर मग गणित भराभर शिकवीत. स्टेशनावर गाडी वाजवीपेक्षा जास्त थांबली म्हणजे ज्याप्रमाणे जोरात पळवून वेळ भरून काढतात त्याप्रमाणे ओक मास्तर पुस्तकातली पानं आणि वहीतली पानं भरून काढायचे; त्यामुळे आम्हाला 'काळ', 'काम' व 'वेग'मधील 'वेग' चांगलाच

समजला. म्हणजे ‘जाणवला.’ मुंबईच्या आजच्या जीवनाचा ‘वेग’ समजू शकतो आणि ह्या वेगाबरोबर राहता येतं ह्याचं श्रेय श्री. ओक ह्यांना का देऊ नये? काळ चाललेलाच असतो, तो थांबत नाही. कामही जो तो कुवतीप्रमाणे करतच असतो, प्रश्न काय तो वेगाचा असतो. तोच समजावा लागतो. ताशी साठ का ताशी पंधरा ? –

– श्री. निजसुरे मास्तरांची आठवण मात्र ताशी ‘पंधरा’चीच आहे. ह्यांचं शिकवणं संथ असायचं. संथ चालणं, संथ बोलणं, संथ शिकवणं! – मुलंही कशी त्या तासाला संथ असत. त्यांच्या तासाला फारशी कधी कुणी गडबड केली नाही. गडबड करण्यासाठी विद्यार्थी जागे असावे लागतात, असा खट्याळ प्रश्न आताही माझ्या डोक्यात आला आहे; पण तो दडपतो. सारं कसं संथ संथ!

– ह्या संथ वातावरणातच केव्हातरी वादळ व्हायचं. वादळाचा, बंडाचा पुढारी वास्तविक एखादा बंडखोर विद्यार्थी असायला हवा; पण तसं घडलं नाही. पीळदार दंड, झुबकेदार मिशा, कानांत कडी असा कल्लू बेरड ह्या वादळाचा म्होरक्या झाला. प्रकार असा होता. वर्गाच्या खिडकीची एक काच फुटली होती. ती नेमकी अशा तऱ्हेने की उरलेल्या काचेमध्ये नाक, तोंड, कपाळ हे अवयव आपोआप दिसायचे. आमच्यापैकी काहींनी, रंगीत खडू घेऊन ते चित्र पुरं केलं. खाली झोकदार अक्षरांत ‘कल्लू बेरड’– लिहून टाकलं.

‘कोहिनूर’ला त्याच वेळी ‘जय मल्हार’ जोरात चालला होता. तिथल्या पोस्टर्सवरचा कल्लू बेरड हातांत कुऱ्हाड घेऊन उभा होता आणि इथं फक्त कुऱ्हाड नव्हती. आवेश व वेश तोच होता. बेरडाचं स्वागत खिलाडू वृत्तीनं व्हायला काही हरकत नव्हती; पण प्रकरण तापलं. तो प्रकार कुणाचा – ह्याचा मास्तरमंडळींना पत्ता लागेना. सगळ्यांचं हस्ताक्षर तपासून झालं. स्वतः श्री. अक्षीकरही वर्गावर येऊन गेले. सगळ्या वर्गाला तासभर उभं राहण्याची शिक्षा फर्मावण्यात आली. ‘जय मल्हार’मधला कल्लू बेरड जेवढा गाजला नसेल तेवढा हा आमचा ‘बेरड’ गाजला.

पण एकूण अशा काही प्रकारांनी चैतन्य निर्माण होत होतं एवढं नक्की! – त्याशिवाय ती वर्षं गाजली आणखी एका कारणानं! मी होतो ते वर्ष गाजले, जातीय दंग्यामुळे! – हिंदू-मुसलमानांचा दंगा! – वास्तविक दादरसारख्या विभागांत गंभीर परिस्थिती निर्माण व्हायचं कारण नव्हतं; पण तशी परिस्थिती झाली खरी! – अगदी डोळ्यांदेखत अक्षीकर स्ट्रीट जिथं वळण घेतो, त्या कोपऱ्यावर खून झाला. रक्त आणि मेलेला माणूस मी त्या वेळी पहिल्यांदा पाहिला ! – आणि मग दोन-तीन सुरीहल्ले अगदी समोरच – म्हणजे रानडे

रोडवरच झाले. कोणीतरी एक मंडईतच, भाजीपाल्याच्या टोपलीत मारला गेला. शाळा बंद झाली. दप्तर वर्गातच राहिलं होतं. आधीच अभ्यासाचा उल्हास, त्यात हा फाल्गुनमास! – जातीय दंगा माझ्या पथ्यावर पडला होता. शाळेबद्दल प्रेम वाटलं नाही. ह्याचा दोष शाळेकडे मात्र नक्कीच जाणार नाही. माणसाचं मनच मोठं चोखंदळ असतं. नव्या नव्या गोष्टींचा हव्यास एकीकडे असूनही ते जुन्या आठवणीपासून दूर जायला तयार नसतं. प्रत्येक पहिल्या गोष्टीची, माणूस दुसऱ्या गोष्टीशी अकारण तुलना करीत असतो; म्हणूनच मी फक्त भेद पाहत राहिलो. आत्मीयता वाटून घेण्याचा मी कधी प्रयत्नच केला नाही. पंधरा मिनिटांच्या छोट्या सुट्टीतही मी घरी पळून यायचो.
– थोडाफार रमलो ते केवळ नाटकांच्या आकर्षणानं! –
इंग्रजी पाचवीतून मी सहावीत गेलो आणि श्री. ल. ना. जोशी ह्या शिक्षकांचा प्रवेश झाला. वर्गात अणि माझ्या आयुष्यात! – त्यांनी शिकवलेला 'Vision of Mirza' हा धडा अजून आठवतो. सिनेमाच्या स्लाइड्स दाखवून भूगोलाचे धडे शिकविण्याचे प्रयत्न आठवतात. त्यांत अस्मादिकांचा भाग मोठ्या प्रमाणावर होता. सर्वांत पहिल्यांदा ते प्रोजेक्टरमधून,

॥ केल्याने देशाटन, पंडित मैत्री सभेत संचार,
शास्त्रग्रंथ विलोकुनी मनुजा, चातुर्य येतसे फार ॥

हा श्लोक दाखवीत. त्या श्लोकाची स्लाइड तयार करण्यासाठी ते मला नेहमी घरी पिटाळीत. वर्गशिक्षक तेच. तेव्हा हजेरी मांडण्याचा प्रश्न नव्हताच. आमचा मुक्काम घरीच राहू लागला. घरी राहायचं आणि जोशीमास्तरांना लागणाऱ्या श्लोकांच्या 'शांत रहा'च्या पाट्या बनवीत बसायचं, हा 'मेन बिझिनेस' होऊन, शिक्षण हा 'साइड बिझिनेस' झाला. पण ह्यातून डोळे खाडकन उघडले.
एके दिवशी श्री. ल. ना. जोशी घरी हजर झाले! मी हल्ली शाळेत येत नसल्याची हकीकत त्यांनी आईवडिलांच्या कानांवर घातली. 'प्रगती पुस्तकानं' इतर तपशील पुरवला.
पुढं काय झालं समजलं नाही. जाऊ द्या...
थोडक्यात, आई-वडिलांच्या मागे लागून मी मॅट्रिकला पुण्याला पळ काढला. मला वाटलं, छबिलदासचा व माझा ऋणानुबंध संपला; पण तसं झालं नाही. मॅट्रिकनंतर मी मुंबईला परतलो. स्कूल ऑफ आर्ट, मॉडेल आर्ट इन्स्टिट्यूटमध्ये पुढचं शिक्षण घेऊ लागलो. १९५२ साली मला 'माजी विद्यार्थी' म्हणून पुन्हा बोलावणं आलं. शिक्षक व माजी विद्यार्थी ह्यांचा संयुक्त नाट्यप्रयोग व्हावयाचा होता. त्याप्रमाणे 'घराबाहेर,' 'साष्टांग

नमस्कार'चे प्रयोग १९५२ व १९५४ साली झाले. दोन्ही नाटकांतून मी स्त्री-भूमिका केल्या आणि जो ऋणानुबंध १९४८ मध्ये संपला असं वाटत होतं, तो १९५४ सालापर्यंत राहिला.

सर्वांत गंमत म्हणजे, वर्गावर शिकवायला येणारे शिक्षक नाट्यप्रयोगात नव्हते आणि नाट्यप्रयोगात कामं करायला पुढं येणारी मास्तरमंडळी आमच्या वर्गापासून मात्र अंतरावरच राहिली. श्री. एम. ए. उपाध्ये हे त्यांपैकी एक होत.

त्याशिवाय दुसरे पी. वाय. जोशी! –

– हे पुण्याचे ! – म्हणून १९४७-४८ साली त्यांचं आकर्षण जबर! पण ते कधी शिकवायला लाभले नाहीत. ज्या वर्गावर ते शिकवत त्या वर्गातून माझे स्नेही होते. त्यांच्याकडून मी 'पी. वाय.', 'पी. वाय.' असं सतत ऐकत होतो, त्यातून ते पुण्याचे म्हणून कुठंतरी उगीचच मांस चढायचं. शिक्षक-शिष्य म्हणून एकत्र आलो नाही तर रंगभूमीवर आलो. छत्रपती शिवाजी महाराज व हिरोजी ह्यांच्यात साम्य होतं म्हणे! पी. वाय. जोशी आणि खांबेटे ह्यांच्या नाकात साम्य आहे, *(असं कुणाला वाटलं देव जाणे. मला ते अद्यापि पटलेलं नाही.)* ह्या आधारावर 'करीन ती पूर्व'मध्ये पी. वाय. झाले शिवाजी अणि खांबेटे झाले हिरोजी. तिसऱ्या अंकात हिरोजी तोतया शिवाजी होतो. म्हणजे रंगभूमीवरदेखील पुण्याच्या मास्तरांचा आणि माझा संबंध आला तो तोतयाबरोबरच!– हेही नसे थोडके!

आज छबिलदास शाळेसमोरून जाताना हिरालाल गुरखा अजून सलाम ठोकतो. डोळ्यांसमोर जुनी नाटकं उभी राहतात. करंबेळकरांचा सिद्धेश्वर, उपाध्यांचा मामंजी आणि रावबहादूर; त्याशिवाय बर्वे मास्तरांची 'घराबाहेर'मधील भूमिका *(हेही वर्गावर शिकवायला नव्हते कधी)*, खांबेटे मास्तरांचा हिरोजी आणि पी. वाय.चा शिवाजी हे सारं आठवतं. मोठमोठे नावारूपाला आलेले नटसम्राट – त्यांनी रंगभूमीवर पहिल्यांदा स्त्री-भूमिकाच केल्या हे आठवतं. त्या सर्व नटसम्राटांशी माझं साम्य आहे. मी नटसम्राट होणं शक्य नाही, पण स्त्री-भूमिका तरी केल्या की नाही?

आणि त्याही 'छबिलदास'मध्येच, नाही का?

■

पालखी...दिंडी...भजन...भोबे...

जिथं बुद्धीची दौड स्थिरावते, प्रगती अगतिक होते, तिथून भक्तीची वाटचाल सुरू होते; आणि त्या वाटेतला प्रवास सुरू झाला की, बुद्धीला पडलेले पेच हास्यास्पद वाटू लागतात. सगळ्या प्रश्नांची उत्तरं धडाधड मिळतात. किती साध्या प्रश्नांपायी आपण परेशान झालो होतो, ह्याची जाणीव होऊन बुद्धीची कीव करावीशी वाटते; कारण केवळ प्रांत बदलायचा अवकाश, उत्तरं तयार असतात तिथं! त्या उत्तरांसाठी किंमत एकच, एकाच नाण्यात मोजायची असते. ते नाणं आहे भक्तीचं! ते नाणं जेवढं खणखणीत असेल तेवढं समाधान खणखणीत. ते नाणं जेवढं मोठं, भारी असेल, तेवढी शांती आणि तृप्ती त्या दर्जाची. ह्या प्रांतात फसवाफसवी, प्रतारणा ह्यांना जागा नाही. इथं डोळे मिटले की, प्रकाश आहे. शांतीत 'नाद' आहे आणि स्पर्शाशिवाय उत्कटता आहे.

'एखाद्या व्यक्तीची आणि आपली अर्ध्या मिनिटासाठी का चुकामूक झाली?'– एवढ्या साध्या प्रश्नापासून, 'शेवटचं अगदी महत्त्वाचं बोलून घेऊ दे' असं सांगूनही ते महत्त्वाचं न बोलता त्या व्यक्तीनं मान फिरवून ह्या जगाचा निरोप घ्यावा? ह्या बेचैन करणाऱ्या प्रश्नापर्यंत, सगळ्यांची उत्तरं केवळ भक्तीच्या प्रांतात मिळतात.

...अशा काही प्रसंगी, एकाच्या हृदयाचं कलम दुसऱ्याला करणारे निष्णात डॉक्टरदेखील हादरतात; मग तुमची-आमची काय कथा? ''जब दवासे काम नहीं होता तब दुवा से होता है।'' पण 'दुवा' जेव्हा राहत नाही, तेव्हा? – तेव्हा गोपाळकृष्ण भोबे ह्यांच्यासारखी व्यक्ती, भरल्या मैफलीतून निघून जाते.

...अजून दरबारी कानडा रागातले, 'दुडी भर दुडी'चे स्वर कानांत आहेत,

केव्हाही डोळे मिटून घेतले की, पायघोळ पायजमा, झब्बा, जाकीट आणि हसतमुख चेहरा – ती मूर्ती उभी राहते.

...काही काही शब्दांचे अर्थ, आपल्या वैयक्तिक जीवनात निराळे संकेत घेऊन उभे राहतात. भोबे ह्यांच्या बाबतीत माझं असंच झालं. आजवर मी गोवा पाह्यलं नव्हतं. गोव्याची वर्णनं ऐकत होतो. गोव्यातल्या कलाकारांचे कलाविष्कार पाहून अनेकदा धुंदावलो होतो; पण गोवा पाहण्याचा योग येत नव्हता. तो योग परवा आला.

गोवा हिंदू असोसिएशनचा दौरा. गेली दोन वर्षं 'रायगडला जेव्हा जाग येते' ह्या नाटकात माझा मुलगा चि. सुहास 'राजाराम'ची भूमिका करतो आहे. गोवा हिंदू असोसिएशनशी ऋणानुबंध त्या कारणापायी आणि गोव्याला जाण्याचा योगही त्यामुळेच.

...आता ह्याला मी योग म्हणू का काय म्हणू? तो सुयोग नक्कीच होता. गोवा, धावत-पळत का होईना, पण पाहायला मिळालं. बरोबर मंडळ होतं ते रसिकांचं, कलाकारांचं! जांबावलीचं दामोदराचं मंदिर पाहायला मिळालं. पालखीत भाग घ्यायला मिळाला. दिंडीत नेवरेकर, दामले, मा. दत्ताराम, श्रीपाद जोशी, स्नेहल भाटकर, श्रीकांत मोघे, वगैरे मंडळी भजने म्हणत असताना मलाही गळ्यात पेटी अडकवून, त्या सर्वांची साथ करण्याची संधी मिळून श्रीदामोदराच्या पालखीत सेवा करायला मिळाली आणि त्याच वेळी श्री. गोपाळकृष्ण भोबे यांची भेट झाली. त्यांचे गाणे ऐकले. माझ्या मानेला हार्मोनियमच्या वजनाचा ताण पडला तेव्हा भोबे पटकन पुढे झाले आणि त्यांनी पेटीचा भार त्यांच्या हातावर घेतला.

...हे सगळं सगळं, काल घडल्याप्रमाणे आठवतं. शब्दांच्या मागे, स्वतःचे संकेत उभे राहतात. त्याप्रमाणे, माझ्यापुरतं, गोवा, दिंडी, पालखी, देऊळ, भजन, टाळ, मृदंगांचा नाद – ह्या सर्व शब्दांमागे 'भोबे' हा शब्द उभा राहाणार.

...जाता-येता भोब्यांची आठवण व्हावी एवढा त्यांचा अन् माझा निकट सहवास नव्हता. 'नाट्यनिकेतन'चे चित्रकार म्हणून वडिलांनी माझी आणि त्यांची ओळख करून दिली होती, त्या वेळी तसा खूप लहान होतो. म्हणजे 'हे चित्रकार भोबे' अशा ओळखीऐवजी 'हा आमचा मुलगा' अशी माझी त्यांना माहिती दिली गेली. पण गेली बरीच वर्षं गाठभेट व्हायचं ठिकाण म्हणजे गिरगाव, साहित्यसंघ आणि मुख्य करून 'महाराष्ट्र टाइम्स' कचेरी.

... हसतमुख चेहरा – हसरं स्वागत... हस्तांदोलन... प्रसन्नपणे चार-दोन वाक्यांची, प्रश्नोत्तरांची देवाणघेवाण... बस्स, एवढाच परिचय; पण हा

एवढासाच परिचय... पुष्कळ परिचय असावा असं वाटायला लावण्याइतपत मोकळा! मोगऱ्याच्या फुलांचा वास वारंवार घ्यावा लागत नाही लक्षात ठेवण्यासाठी. तसंच होतं भोब्यांच्या बाबतीत. पण आता मात्र, एवढे दिवस मधे गेले; पण त्यांची आठवण झाली नाही असा एकही दिवस मधे गेला नाही.

– मृत्यूचा राग का येतो? – तर तो सौंदर्याचा, सौजन्याचा विध्वंस करतो म्हणून! – कावळा मेला तर दुःख नाही, पण मोर मेला तर दुःख आहे.

...पण दुःख असो, नसो, त्याला कुठं पर्वा आहे त्याची? त्याला पर्वा आहे फक्त त्याच्या वेळापत्रकाची आणि त्याच्या अंमलबजावणीची.

...मग ती व्यक्ती कोणत्याही अवस्थेत, कोणत्याही स्थळी असो. मग दामोदराच्या देवळाचा सभामंडपही त्याला अपवाद नाही. त्याचं स्तवनही मग ते वेळापत्रक थांबवू शकत नाही.

...असं का? – का? – का?

...कितीही टाहो फोडा, आक्रोश करा.

– उत्तर नाही.

आहे ते भक्तिमार्गात. असंच व्हायचं ठरलं होतं.

त्यांना शेवटचं महत्त्वाचं बोलून द्यायलाही सवड नाही. जिंदगीभर कुणाशीही, कितीही ते बोलले असले, कितीही पुस्तकं लिहिली असली, कितीही मैफलीत धुंद होऊन दाद दिली असली, तरी आम्हांला एकच हवं आहे, 'ते शेवटी काय सांगणार होते – ते शब्द हवेत.'

...तेवढी सवड का नाही?

पुन्हा उत्तर तेच. प्रारब्ध नाही. माणसानं किती बोलावं, कुठे बोलावं – हे सगळं, सगळं आखलेलं आहे.

– बुद्धिवाद्यांनो, चेष्टा करू नका. तुमच्याजवळ उत्तर असेल तर एकच प्रश्न विचारतो. ज्या क्षणी भोबे, शेवटचं महत्त्वाचं न बोलता ह्या जगातून गेले, त्याच वेळेला श्रीदामोदराच्या देवळात, हॉस्पिटलपासून काही मैल दूर असलेल्या देवळातल्या सभामंडपातली गॅसची बत्ती एकाएकी का विझली?

■

मी आणि सौ.च्या मैत्रिणी...

काय संपादकमहाशय, एक खरं सांगणार का? – वाटलं तर आपणहोऊन नका सांगू, पण विचारतो ते खरं आहे, एवढं तरी कबूल कराल का? विचारतोच आता. दुसरं काही नाही; पण एवढंच सांगा की, 'अगदी अलीकडे खुद्द तुमच्याच बायकोकडं जी एक तिची मैत्रीण येते सध्या, तिचं आणि तुमचं गणित जमू पाहात आहे, करेक्ट? मैत्री कशी वाढवता येईल, हा तुमच्यापुढे पेच पडला आहे. बायकोचा तुमच्यावर डोळ्यांत तेल घालून पहारा चालू असेल आणि तुम्ही पिसाळून गेला असाल, करेक्ट?'

एवढ्याच प्रश्नाचं उत्तर द्या. तुम्हाला मार्ग हवाय. तुमचीच 'वाट' लागणार नाही अशी तुम्हाला 'वाट' हवी आहे. ती वाट तुम्हाला मिळेना; तेव्हा तुम्ही आम्हा लेखकांच्या वाटेला जात आहात. म्हणजे त्यातून एखादा उपाय मिळाला तर पाहावा, दिवाळी अंकाची पण पानं भरायची सोय झाली आणि मेला तर परस्पर लेखक! आहात, धोरणी आहात! पण संपादकमहाशय, ह्या योजनेनं तुम्हाला एकवेळ यंदाच्या दिवाळीला, हव्या त्या गरम विषयावर लेख मिळतील; पण ह्या लेखनामुळं लेखकाच्या घरात, ऐन दिवाळीत जर होळी करायची वेळ आली तर पुढच्या दिवाळीपर्यंत लेखक शिल्लक राहणार नाही; कारण साला हा विषयच तसा आहे. 'बायकोची मैत्रीण'– तोबा, तोबा! 'अवघड जागी दुखणं आणि 'जावई' – नव्हे 'बायकोची मैत्रीणच' वैद्य. असा हा विषय. कोर्टात जसं फक्त 'हो' किंवा 'नाही' – एवढंच बोलायला सांगावं आणि मग प्रश्न विचारावा, 'बायकांना धक्के मारायची सवय सोडली की नाही?' – अशा वेळी 'हो' म्हणा, 'नाही' म्हणा – वाईटपणा टळत नाही. तशातला प्रकार.

सौ.च्या मैत्रिणीची स्तुती करा – सौ. तुमचा 'वडासांबर' करील आणि मैत्रिणीची निंदा करा – मैत्रीण दोन सेकंदांत 'उत्तप्पा' करील. मग मन सांभाळायचं कुणाचं अशा वेळी? बायकोचं की तिच्या मैत्रिणीचं? ह्यावर कुणी म्हणेल, बायकोचं मनच सांभाळायला हवं. बरोबर आहे; पण बायकोचं मन सांभाळूनही तिला सुख नसतं. तिला सुख नाही म्हणून आपल्याला नाही. म्हणजे दोघेही दु:खी. मग त्यातल्या एका व्यक्तीला कमीत कमी सुखी करावं असा विचार केला तर, बायकोची पर्वा न करता, मैत्रिणीची स्तुती करून पाहावी आणि स्वत: सुखी व्हावं. अर्थात बायकोशी मुकाबला करायची ताकद असेल तर!

– पण तरीही संपादकमहाशय, 'मी आणि माझ्या बायकोच्या मैत्रिणी' ह्या विषयावर मला लिहायला सांगून तुम्ही माझा हिरमोड आणि माझ्या बायकोचा अवमान केला आहे. बायको, तिच्या मैत्रिणीला माझ्या आसपास फिरकू देण्याइतपत बुद्दू आहे, असं आपण समजलात काय? तसं असेल तर तो समज काढून टाका.

तुम्हाला वानगीदाखल एकच उदाहरण देतो.

आमची सौ. उत्तमपैकी नर्तिका आहे. आहे म्हणण्यापेक्षा एकेकाळी होती. जेव्हा तिला 'फॉर्म' होता आणि तिला 'फॉर्म' होता म्हणून ती फॉर्मात होती, त्या काळातली गोष्ट. आमच्याशी तिचं लग्न झालं तेव्हापासून तिचा 'डान्स' सुटला आणि मग शरीरही सुटलं. डान्स सुटला म्हणून शरीर सुटलं की शरीर सुटलं म्हणून डान्स सोडावा लागला; ह्यावर तिच्याशी एकदा चर्चा करायला गेलो तर तिने 'तोंड'ही सोडलं. चिक्कार बोलून तिचं समाधान जेव्हा झालं तेव्हा तिनं मग बोलणं सोडलं. त्या वेळी वाटून गेलं की, आम्हीच तिचा नाद सोडला असता तर! पण मोह तो मोह. आमच्या तबलजी मित्राबरोबर एकदा सहज आम्ही त्या डान्सिंग स्कूलवर गेलो. बाईसाहेबांना नाचताना पाहिलं. वाटलं, तबल्याच्या तालावर नाचणारी ही पोरगी स्वरलहरीऐवजी, प्रेमलहरीवर नाचू लागली तर आपल्या तालावर सहज नाचेल. आम्ही मग बेभानतेनं ह्या तिच्या नाचाला 'दाद' देऊ लागलो. आमचं प्रेम मग द्रुत लयीत सुरू झालं. पुढे लग्नाची सम गाठली आणि मग मात्र एकदम द्रुतवरून बिलंपतवर आलो. मग ठाय लय सुरू होऊन हाय् हाय् उरली. त्रिताल, दादरा, एकताल, झुंबरा ह्या सर्व तालांचा विसर पडून, संसारात केवळ आडा चौतालच उरला. नुसता 'काल' जात राहिला; पण 'सम' कधीच सापडेना.

आणि अशा अडाणा रागाच्या वेळीच सुरंगा आमच्या घरी येऊ लागली; वस्तुत: ही सौ.ची मैत्रीण. खरं सांगायचं तर अक्षरश: ठुमरी होती ठुमरी.

लग्नाअगोदर ह्या सुरंगानं खरं तर आमच्या प्रेमात रंग भरला होता. आमचे निरोप एकमेकांना गुपचूप पोचवणारी, आमच्या प्रेमाच्या दरबारातील ती 'साकी' होती; पण आमच्या लग्नाचा बार उडाला आणि सुरंगाचा दर एकदम उतरला. तो उतरवला अर्थात सौ.ने. त्याला कारण मी तिच्यात जास्त 'इंटरेस्ट' घेईन हेच!

– सुरंगानं आमचं घर वर्ज्य केलं; पण कशी कुणास ठाऊक, ती पुन्हा येऊ लागली आणि त्याहीपेक्षा आश्चर्य म्हणजे सौ. तिच्याशी फारच चांगली वागू लागली. मलाही मोकळेपणानं बोलू देऊ लागली. दोघी सारख्या एकत्र फिरू लागल्या. मी जंगजंग पछाडलं; पण हा फरक कसा झाला हे मला कळेना आणि एके दिवशी अचानक बातमी कळली, की सुरंगाचं लग्न ठरलं. ठरलं, ठरलं म्हणता म्हणता झालंपण! आणि तिच्या लग्नानंतर आठच दिवसांनी विमानतळावर जाऊन आम्ही तिला व तिच्या डॉक्टर नवऱ्याला 'सेंड ऑफ'पण देऊन आलो.

हे सगळं झालं आणि मग आम्हाला सौ.च्या शार्पनेसची कल्पना आली. सौ. अलीकडं नाचत नाहीत अंग सुटल्यापासून. आमच्या भोवतीभोवती तर कधीच नाचल्या नाहीत; पण ह्या एका प्रकारापासून आम्ही ओळखलं की तिची 'पावलं' मात्र अचूक पडतात.

सुरंगाचं घाईघाईनं तिनं लग्न जमवलं आणि तेही आफ्रिकेत राहणाऱ्या डॉक्टरशी. म्हणजे काय बिशाद, पुन्हा सुरंगा हिंदुस्थानात सहजासहजी परतेल किंवा मी तिला केव्हाही भेटेन?...

संपादकमहाशय, हा एकच किस्सा मी तुम्हाला वानगीदाखल सांगितला. सौ.च्या कथकली नृत्यातला हा एक केवळ 'तोडा' झाला. नृत्यातला तोडा तिनं सुरंगाला तोडण्यासाठी अगदी हातोडा म्हणून वापरला. तबल्याला लागणारी हातोडी तिनं अशी वापरली आणि 'कथकली' नृत्यप्रकारातला आता कसा नुसता 'कलीच' उरला आहे, हे सप्रयोग दाखवलं. त्याशिवाय मुद्राभिनय, पदन्यास, मुद्रिका, पलटे – ह्या बारीकसारीक गोष्टींचा संसारात कसा वापर होतो, हे मी सांगितलंच नाही.

सुरंगासारखी एकुलती एक मैत्रीण. सौ.ची मैत्रीण जरा लभते न लाभते तो सौ.नं तिला लग्नाची जन्मठेप सुनावून आफ्रिकेला म्हणजे अक्षरशः काळ्या पाण्याला पाठवली आणि हे कमी झालं की काय म्हणून, संपादकमहाशय, तुम्ही ह्याच विषयावर लेख मागताय!

– जा ना देव. आम्हाला फक्त सौ. आहे. तिच्या मैत्रिणी नाहीत. कळलं? पुन्हा ह्या विषयावर लेख मागू नये ही विनंती. आणि अरे हो, पण आणखी एक

विनंती संपादकसाहेब,

तुमच्या सौ.च्या त्या कोण्या मैत्रिणीचा मला पत्ता कळवता का? कळवा, पण पत्र ऑफिसच्या पत्त्यावर पाठवा. वाट पाहतो.

■

तो धुंद क्षण...

माझ्या घराची, मागच्या दाराची कडी वाजते. हातातलं काम टाकून घरातलं कुणीतरी दाराकडे धावतं. मुलगा, मुलगी, सौ. किंवा अस्मादिक ! दार उघडून पाहावं तर दरवाजासमोर कुणीच नसतं. सौ. लगेच म्हणते, 'अरुणभावजी असतील.' आणि सौ.चं हे वाक्य पुरं व्हायच्या आतच, लांब लांब ढांगा टाकीत पुढच्या दारात अरुणभय्या उभे असतात. पलंगावर बसता बसता त्यांचं पहिलं वाक्य येतं,
"काळेभय्या, यार, तुम्हाला पंचवीस हजार रुपये आणून देतो, पण कुठेतरी तळमजल्यावर ब्लॉक घ्या. तुमचे हे तीन जिने म्हणजे मुष्कील है, भय्या.'' अरुणभय्यांचं हे वाक्य आलं की मी मनातल्या मनात हिशेब करतो. दिलेला शब्द अरुणभय्या पाळतील तर त्यांच्याकडून माझं चार-पाच लाख रुपये येणं आहे, आणि तितकेच त्यांच्या भावाकडून – रविभय्याकडून; कारण पंचवीस हजारांचे वायदे त्यांनी पण बरेच वेळा, म्हणजे एक हौसिंग कॉलनी बांधून होईल इतके वेळा केले आहेत. आता वाटतं एक वेळ महाराष्ट्र, पंजाब, हरियाना...वगैरेची लॉटरी लागेल; पण ह्या दोघांकडून पंचवीस हजार.. अरुणभय्यांकडून तोच फर्माईश येते, "वहिनी, मागच्यासारखा आलं घालून चहा हवा.'' मग गप्पा रंगतात. मधेच एखाद्या नव्या गाण्याचं तोंड लकेरीसहित कानावर पडतं.
"कुणी कंपोज केलं हो?'' – मी विचारतो.
गुणगुणणं थांबवीत अरुण सांगतात,
"यशवंत देव.''
"आणि काव्य –''

"काव्य पण त्याचंच!''

– वाफा येणारा चहा बाहेर येतो. त्याला आल्याचा वास येतो. तीन जिने चढावे लागले ह्याचा अरुणना विसर पडतो आणि मला पंचवीस हजारांचा.

अरुणभय्या नुकतेच दीदीकडून म्हणजेच लताबाईंकडून आलेले असतात. हृदयनाथनी केलेली एखादी रचना त्यांना आत्ता आठवते. यशवंत देवाच्या गाण्यावरून ते हलकेच दुसऱ्या गाण्यावर येतात. सर्कसमध्ये ट्रॅपीझवर काम करणारा माणूस एक झोका सोडून दुसऱ्या झोक्यावर कधी जातो, हे जसं आपल्याला, आपण प्रत्यक्ष पाहात असून कळत नाही, तसेच अरुण, एक चाल सोडून दुसऱ्या चालीवर कधी गेले ह्याचा पत्ता लागत नाही.

नवी चाल पण तितकीच जखम करणारी असते.

"हे कुणाचं कॉंपोझिशन?''

"बाळनं केलंय. हाय हाय हाय हाय – काय चाल आहे म्हणून सांगू?''

अरुण घायाळ होत सांगतात.

आम्ही दोघं अरुणकडे पाहात राहतो. हा प्राणी काय भाग्यवान आहे – हाच विचार आम्हा उभयतांच्या मनात ह्या क्षणी आलेला असतो. गेली पंचवीस वर्षं ज्या लतानं सगळ्या दुनियेला वेड लावलंय, त्या लताच्या घरी अरुणभय्या जातात-येतात, तिच्याशी गप्पा-गोष्टी करतात, काय भाग्य आहे ह्या माणसाचं, असं वाटतं. हृदयनाथ, आशा, उषा – सगळी मंगेशकर फॅमिलीच, अरुणभय्यांना जवळची झाली आहे – ह्याचं आम्हा उभयतांना मोठं अप्रूप वाटतं.

सौ. तसं बोलून दाखवते.

अरुणभय्या ती गोष्ट खरोखरच स्वतःलाही फार भाग्याची वाटते असं सांगतात. ते सांगताना त्यांच्या चेहऱ्यावर मंगेशकर मंडळीबाबत गाढ आदर, कौतुक आणि अभिमान असे सगळे भाव एकदम प्रकट होतात. आम्हाला अरुणचा हेवा वाटतो. हृदयनाथांनी केलेली चाल लताच्या तोंडून, त्या उभयतांच्या सान्निध्यात बसून ऐकायची ह्यासारखे धुंदीचे क्षण दुसरे कोणतेही नसतील.

माझ्या मनात आलेला हा विचार मी बोलून दाखवतो. अरुण, त्या क्षणातली धुंदी मान्य करतात. पुन्हा मला वाटतं, की हे क्षण अपूर्व आहेत ह्यात वादच नाही. पण त्याशिवाय असा एखादा क्षण असतो की त्याची धुंदी कधी उतरत नाही. ती अमर असते. इतरांना कदाचित त्या क्षणाची महती कळणार नाही. कळली तरी मातब्बरी वाटत नाही.

आणि असं होतं ह्यातही शंका नाही.

लघुकथा स्पर्धेत मला जेव्हा पाचशे रुपयांचं पहिलं बक्षीस मिळालं तेव्हा माझ्या आयुष्यात तोच एक धुंद क्षण असणार, असं अनेकांना वाटलं असणार आणि तसं वाटण्यात काही गैर नाही; पण धुंदीचा क्षण हा एक अत्यंत वैयक्तिक सुखसोहळा असतो. त्यातली तीव्रता ही ज्याची त्यालाच असते. तिची उकल करता येत नाही. तिला स्पष्टीकरण नसतं. कार्यकारण भाव नसतो.

अमुक एक घटना घडली, अमुक एखादा कार्यसोहळा हातून पार पडला किंवा आयुष्यात अमुक एखादी व्यक्ती परिचयाची झाली वा आप्त बनली की आयुष्याचं सार्थक झालं, असं प्रत्येकानं मानलेलं असतं. त्याच्या जीवनातला पूर्ततेचा क्षण तो असतो, जो इतरांना ज्ञातही नसतो, कित्येकदा तो इतरांना नगण्य वाटतो. मलाही तसंच जाणवलं. बक्षिसाची वार्ता मला फारशी सुखवून गेली नाही; पण सांगलीला एका जाहीर सभारंभात श्री. ग. दि. माडगूळकरांनी मला पहिल्या श्रेणीचा लेखक म्हणून संबोधलं, तेव्हा डोळ्यांत पाणी आलं, सौख्यवर्षावात मी न्हाऊन निघालो.

– सौख्यवर्षावात न्हाऊन सोडणारा असाच एखादा क्षण, जो कुणालाही भासला नसेल – असा क्षण अरुणभय्यांच्या आयुष्यात कोणता असेल?

मी अरुणना तसं विचारलं.

माझा अंदाज खरा ठरला.

अरुण म्हणाले,

''काळेभय्या, आमचे बाबा आजारी होते तेव्हाची एक हकीकत आहे. माझा गाण्याचा कार्यक्रम होता, षण्मुखानंद हॉलमध्ये. ज्याला प्रेस्टिज प्रोग्रॅम म्हणता येईल असा कार्यक्रम. खूप मोठमोठ्या कलाकारांची हजेरी तिथं लागायची होती आणि मी मात्र सकाळपासून बेचैन होतो.''

''का?'' मी विचारलं.

''असं काय करता? भावजींना डिप्रेशन आलं असेल. एवढा मोठा कार्यक्रम व्हायचा म्हणजे असं व्हायचंच.''

''नाही वहिनी, मनावर दडपण होतं; पण ते कार्यक्रमाचं नव्हतं. बाबा घरी आजारी होते आणि डॉक्टरांनी त्यांना पलंगसुद्धा सोडायची बंदी केली होती. माझं मन त्यापायी नकळत कोमेजून गेलं. मी गायला लागलो ह्याचा बाबांना एवढा आनंद होता, अभिमान होता की, मला मिळणाऱ्या त्या यशानं त्यांचं आयुष्य सार्थ झालं होतं. साहजिकच माझ्याही जीवनात, बाबांनी दिलेल्या कौतुकाची दाद ही एका पारड्यात आणि दुसऱ्या पारड्यात अख्ख्या षण्मुखानंद हॉलनं केलेला टाळ्यांचा गजर ह्यात, बाबांची एकट्यांची दाद

जास्त जड होती, जास्त मोलाची होती.''

''पण ती भूक पुरी व्हायची नव्हती. घरातल्या सर्व मंडळींना, मी बजावून बाहेर पडलो, 'बाबांना खोली सोडून द्यायची नाही.'

''पण कसचं काय? कार्यक्रमाची वेळ जवळ आली. बाबांच्या जिवाची घरी घालमेल व्हायला लागली. ते माशासारखे तडफडत होते. शेवटी त्यांनी मीनाला हाक मारली आणि म्हणाले, 'टॅक्सी आण.' – माझ्या बायकोची पंचाईत झाली. सासऱ्याचा हुकूम मोडता येईना आणि मानताही येईना. काही कमी-जास्त झालं तर? कारण बाबांची प्रकृती खरोखरच ढासळली होती; पण अरुण गाणार आणि मी तिथं नसणार, ही कल्पनाच त्यांना पेलेना. मुलाचं गाणं ऐकण्याचे फार दिवस आता राह्यलेले नाहीत, हे त्यांनी जाणलं होतं. कार्यक्रमाला गेलो नाही तरच मला काहीतरी होईल, असं काहीतरी ते म्हणायला लागले. शेवटी मीनानं टॅक्सी आणली. घरातून टॅक्सीपर्यंत पोहोचायला बाबांना पंधरा मिनिटं लागली. मला हे सगळे प्रकार माहीत नव्हते. मी माझा कार्यक्रम आल्यावर स्टेजवर जाऊन बसलो. पडदा वर गेला. अंगावर प्रकाशझोत आले. पेटीने सूर धरला. त्यात व्हायोलिनचा स्वर मिसळला गेला. तबल्याची थाप पडली. मी क्षणभर डोळे मिटून पुन्हा उघडले. समोर दोन-अडीच हजारांचा समाज होता. त्यात फक्त रामूभय्या नव्हते. माझे बाबा नव्हते. रसिक होते, पण रसिकाग्रणी नव्हता! देव्हारा असावा पण निरांजन-दीप नसावा, गळा असावा; पण स्वर नसावा...

''तो भरलेला हॉल मला रिकामा वाटला. मी पुन्हा डोळे मिटले. घरी पलंगावर खिळलेल्या बाबांना नमस्कार केला आणि स्वर लावला. बाबांची मूर्ती समोर उभी राहिली. मग षण्मुखानंद हॉल अस्पष्ट होत होत नाहीसाच झाला. समोर फक्त एकमेव श्रोता बसला. 'रसिकाग्रणी रामूभैय्या दाते –' मी स्वर लावला आणि 'क्या कहना!' अशी चिरपरिचित दाद कानांवर आली.

''माझ्या बाबांचा आवाज मी हजारो माणसांतून निराळा काढू शकतो. डोळे उघडले. पाहतो तो तिसऱ्याच रांगेत, गँगवेजवळ असलेल्या खुर्चीत बाबा. काळेभैय्या, Believe Me. त्या वेळची तृप्तीची नजर, बस बस भय्या, तो क्षण कधी विसरायला होणार नाही.''

अरुणनी हकीकत संपवली. मन भरून आलं. कलेवर आणि कलासाधना करणाऱ्या मुलावर एवढी भक्ती करणाऱ्या रामूभय्यांची आठवण बेचैन करून गेली. अशा थोर रसिकाची दाद मिळणं – त्यानं आपली कलाकृती पाहणं व कौतुक करणं – ह्या क्षणाची धुंदी कोणत्याही कलाकाराला चढावी. अशा क्षणाची वाट पाहण्यात किंवा असे क्षण ज्यांना लाभले, त्यांनी त्यांची

आठवण काढण्यातसुद्धा जी धुंदी आहे, ती केवळ अवर्णनीय आहे.
इतरांची ही कथा, मग खुद्द रसिकाग्रणींच्या ह्या चिरंजीवांना काय धन्यता
वाटत असणार? हे कसं सांगावं?
कसं शब्दांकित करावं?
वेळ कसा गेला हे समजलं नाही.
अरुणभय्या जाण्यासाठी निघाले.
''कब मिलेंगे?'' मी अकारण राष्ट्रभाषा वापरीत विचारलं.
''जब याद करेंगे तब.''
''येताना पंचवीस हजार घेऊन या.'' मी आठवण देतो.

■

माझे वाचक, माझे टीकाकार

केव्हातरी हे सगळं एकदा लिहायचं होतं, सविस्तर सांगायचं होतं, सांगायचं होतं, पण कुणाला? केवळ स्वत:ला? मुळीच नाही. आपापल्या कुवतीप्रमाणे जो तो स्वतःशी बोलतच असतो. त्याप्रमाणे माझ्याशी माझा संवाद खूप दिवस चालूच आहे. तो खरं तर आता प्रकटपणे सांगायचा आहे.

हे सांगणं फार अवघड आहे. खूप सांगूनही काहीच सांगितलं नाही असं वाटण्याइतपत अवघड, तर कदाचित मधेच थांबून – सगळं सांगून टाकलं असं वाटण्याइतपत फसवं. अवघड गड चढत असताना अर्ध्यावर सावलीखाली टेकावं आणि मागे पाहावं. त्या वेड्यावाकड्या पाऊलवाटा, ही घसरडी उतरंड, काटे, दगड, झुडपं, पाण्याचे ओहोळ, चिखल... हे सगळं चुकवत वरपर्यंत आलेलो आपणच का? कधीही डोंगर पार न करणारे आपण. तरीही एवढं चालू-चढू शकलो? एवढी ताकद आपल्यात होती? ह्यांसारखे प्रश्न डोंगरासारखेच उभे राहतात... तसंच ह्या क्षणी माझं झालेलं आहे.

ह्या संपून गेलेल्या आयुष्याची भीती वाटत आहे.

आजवर झालेलं लिखाण माझ्याच हातून झालं का, असा प्रश्न पडतो. लेखक म्हणून माझं स्थान काय आहे, माझं साहित्य किती काळ टिकणार आहे, मला माझ्या मरणानंतर लोक लेखक म्हणून विसरणार आहेत की तो दिवस मला माझ्या हयातीतच दिसणार आहे, हे सांगणं फार कठीण आहे आणि तितकंच सोपं आहे. जनतेच्या विस्मरणशक्तीवर माझी नितांत श्रद्धा आहे.

मराठी साहित्याला वळण लावणाऱ्यांपैकी मी नाही. नवं दालन उघडण्याचा खटाटोप करणाऱ्यांपैकी पण नाही, किंवा नवी दिशा वगैरे दाखविण्याची भानगड करणाऱ्यांपैकीसुद्धा नाही. माझा वकूब मी पूर्णतया जाणून आहे आणि

तरीही केव्हातरी हे असं मागे वळून पाहायचं आहे.

१९६० साली, नोव्हेंबर महिन्यात माझा पहिला कथासंग्रह प्रकाशित झाला आणि त्यानंतर १९७३च्या मार्च महिन्यात, म्हणजेच बारा वर्षं आणि चार महिन्यांच्या अवधीत माझं विसावं पुस्तक प्रकाशित झालं. ह्या वीस पुस्तकांत चौदा कथासंग्रह, एक कादंबरी, एक नाटक आणि अवांतर चार पुस्तकं आहेत. ह्याव्यतिरिक्त नभोवाणीवर अठ्ठावन्न कार्यक्रम, दूरचित्रवाणीवर तीन कार्यक्रम आणि एकाच कथेवर तीन वेळा चित्रपट निघाला. Film Institute ने निर्मित केलेला 'पिया का घर', नंतर त्याच कथेवर 'मुंबईचा जावई', आणि पुन्हा राजश्री प्रॉडक्शनने काढलेला 'पिया का घर' ह्याच नावाचा चित्रपट.

त्याशिवाय कथाकथनाचे कार्यक्रम.

गेल्या बारा वर्षांतली ही वाटचाल. नोकरी करीत असताना हे आपल्याच हातून घडलं का, असा प्रश्न एवढ्यासाठीच पडतो. स्वत:शी वारंवार संवाद घडूनही हे प्रकटपणे मी कुठं बोललो नाही. आज हे लिहितानाही फार संकोच वाटतो. स्वत:बद्दल स्वत:च सांगायचं हे फार फार अवघड आहे. पण, ह्या लेखाचं ह्याहून अन्य स्वरूपच असणं शक्य नाही म्हणून मोकळेपणे लिहायचं.

ह्याच काळात ज्याला लेखन म्हणता येईल, पण जे मासिकात वा पुस्तकाच्या रूपानं प्रकाशित होऊ शकणार नाही... असं लेखन खूप झालं. त्या लेखनाला मला माझ्या नेहमीच्या वेळातला वेळच खर्च करावा लागला.

ते लेखन म्हणजे वाचकांच्या पत्रांना उत्तरं पाठवणं, हे होय. ह्याच काळात ओळखीच्या आणि बिनओळखीच्या वाचकांची सुमारे पाचशे पत्रं आली. त्यातली साडेतीनशे पत्रं या घटकेला मी जपून ठेवली आहेत.

ह्या जतन करून ठेवलेल्या पत्रप्रपंचात माझ्या लेखनाबाबत चिंता, आनंद, कौतुक आणि उत्साह वाढविणारी, व्यक्त करणारी पत्रं कितीतरी आहेत. प्रा. वसंत कानेटकर, गो. नी. दांडेकर, विजय तेंडुलकर, ना. सी. फडके, कै. स. अ. शुक्ल, र. कृ. फडके, मामा वरेरकर, दत्त रघुनाथ कवठेकर, ग. वा. बेहेरे, कै. अंतरकर, वि. श्री. मोडक अशी अनेक मंडळी आहेत. ह्या सर्व मंडळींत प्रा. वसंत कानेटकरांचे मी आवर्जून नाव घेईन. गेल्या दहा-बारा वर्षांतलं त्यांचं वाङ्मयीन कर्तृत्व आणि कार्य हे थक्क करून सोडणारं आहे. माझ्यापेक्षा पाच-दहा पटींनी त्यांचं लेखन. लेखनासाठी दिवसातले किती तास ते खर्ची घालतात ते मला माहीत नाही. तरीसुद्धा मला लिहिलेल्या प्रत्येक पत्रासाठी त्यांनी त्यांचा जो वेळ दिला आहे, ते पाहिलं की त्यांना वाटणाऱ्या आत्मीयतेबद्दल माझा ऊर भरून येतो. ही झाली केवळ नोंद.

सविस्तर सांगणारच आहे; पण त्यापूर्वी मला फार मागं जायचं आहे.

माझे वाचक – माझे टीकाकार – ह्या विषयात पहिला शब्द महत्त्वाचा आहे. वाचक – टीकाकार हे नंतर निर्माण झाले. प्रथम खुद्द आपणच कसे घडलो, वाढलो हे पाहायला हवं.

माझ्या घरातले माझे पहिले वाचक आणि पहिले टीकाकार माझे वडीलच होते. त्यांनी माझी कथा पास केली की सेन्सॉर बोर्डाकडून चित्रपट सुटल्यासारखा आनंद व्हायचा. अर्थात त्या वेळी चावट वा अश्लील लिहिण्याची माझी टापच नव्हती. तरीही भीती वाटायची. पहिलं-वहिलं लेखन त्या काळात 'प्रसाद' मासिकातून झालं. अध्यात्माला वाहिलेलं ते वारकरी संप्रदायाचं मासिक. त्या काळात हे मासिक वडिलांच्या मित्रपरिवारात वाचलं जायचं. कै. नारायण काळे, केशवराव दाते, वसंत शांताराम देसाई, बाबूराव देवभक्त, बाबूराव देसाई, स. अ. शुक्ल, इत्यादी मंडळींत माझ्या कथा पोहोचत असत. ह्यांच्यापैकी प्रत्येकाला माझा कान धरायचा अधिकार त्या काळात होता. त्याशिवाय मासिकात कथेला स्थान देणारे य. गो. जोशी होतेच. साहजिकच जे या मंडळींना रुचणार नाही ते लिहायचं कसं, असं बंधन लेखणीवर पडत गेलं. हा पगडा जबरदस्त होता.

१९५९ सालातली कथा.

लग्नापूर्वी दिवस गेलेल्या एका मुलीचा उल्लेख त्या गोष्टीत होता. साहजिकच ती कथा 'प्रसाद' मासिकासाठी बाद ठरली. इतकंच नव्हे तर ती वडिलांना पण कशी दाखवायची, असा मला तेव्हा प्रश्न पडला. शेवटी भीत भीत त्यांच्यासमोर कागद ठेवले आणि गॅलरीत जाऊन उभा राह्यलो.

वडिलांना कथा आवडली. फक्त त्यांनी एका शब्दाला हरकत घेतली. कथेतली नायिका सांगते, 'आज मला खरा मर्द भेटला. मोहाच्या प्रसंगी मी मोहाला शरण गेलो असं त्यानं सरळसरळ सांगितलं.' ह्या वाक्यातला 'मर्द' हा शब्द अण्णांना खटकला. बाईच्या तोंडी हा शब्द नको. मला त्यांनी त्याऐवजी 'खरा पुरुष' हा शब्द वापरायला सांगितलं. 'मर्द' शब्दात मला जी 'किक' होती, ती 'खरा पुरुष' ह्या शब्दात नव्हती, असं मला तेव्हाही वाटलं आणि आजही वाटत आहे. तरीसुद्धा 'कथा सुटली.' सेन्सॉरची केवळ नाममात्र कात्री लागली, ह्या आनंदात आणि शिवाय अण्णांच्या भीतीपायी मी त्या शब्दाचा मोह टाळला.

अगदी ह्याच प्रसंगाला साजेसा प्रसंग; पण अगदी अलीकडचा, मनोहर मासिकानं हशा-टाळ्या विशेषांक काढला त्या वेळचा. संपादकाकडून आलेल्या पत्रात त्यांनी 'हा विशेषांक कॉलेज स्टुडंटस्‌चा वाचकवर्ग समोर ठेवून काढायचा आहे,' असं कळवलं होतं. त्या वेळी 'टाईट पँट'ची फॅशन नुकतीच

मूळ धरायला लागली होती. मनोहरच्या त्या वर्षीच्या दिवाळी अंकात मी *(हशा-टाळ्यावाला)* 'टाईट पँट' नावाची कथा खास तरुणवर्गाच्या भाषेत लिहिली. कथा प्रकाशित झाली. त्यानंतर आठ-दहा दिवसांनी रघुवीर दातेंना भेटायला विजयनगरमध्ये गेलो. दरवाजासमोरच्याच कॉटवर नाना जाडजूड तक्क्याला टेकून बसलेले. तोंडांसमोर पेपर, डोळ्यांना फेवारीकमचा चष्मा. 'या' असं मोठ्या आवाजात स्वागत करून 'तुमचं दर्शन हल्ली दुर्मिळ झालं', असं म्हणून त्यांनी मला लाजवलं. एरव्ही नानांशी बोलायला आणि त्यांना बोलतं करायला मी टपलेला असायचा. नाट्यविश्व, नाटकं, संस्था, सध्याची रंगभूमीवरची नाटकं, राजकारण... ह्यांवर नाना तळमळून, तळमळून बोलायचे. ते ऐकायला मिळण्याचं भाग्य आता राह्यलेलं नाही. त्या दिवशी मात्र बाहेरच्या खोलीत न रेंगाळता मी पटकन आत गेलो. नानाही गप्प होते. मी त्यांचा निरोप घेऊन निघालो. पायांत चपला सरकवल्या आणि –

"अरे, वसंता –" अशी नानांची हातात धरलेल्या पेपरमागून हाक आली. अंदाज येऊन मी थबकलो. तो खरा ठरला.

"तुझी 'मनोहर'मधली गोष्ट वाचली. तरुणांसाठी ती कथा तू लिहिलीस ते ठीक आहे, पण वसंता, त्या तुझ्या कथेत 'साल्या' हा शब्द किती वेळा यावा? ती तरुणांची भाषा वगैरे ठीक आहे; पण त्याव्यतिरिक्त कथा होऊ शकत नाही का?"

दिलगिरी प्रदर्शित करून बाहेर पडलो.

मुंबईतले माझे वाचक, टीकाकार आणि ह्या दोन्ही नात्यांपेक्षाही माझ्यावर उदंड प्रेम करणारे, केशवराव ऊर्फ नाना दाते. ह्यांच्या नावामागे 'कै.' हे अक्षर लावायला लेखणी धजतच नाही. मनाची अशीच स्थिती शं. कृ. देवभक्त, य. गो. जोशी, के. गो. अक्षीकर, स. अ. शुक्ल आणि नुकतेच दिवंगत झालेले द. ग. फणसे यांच्याही बाबतीत. आमच्या अण्णांचा हा सगळा मित्रपरिवार. हे सर्व 'प्रसाद'चे वर्गणीदार, शिवाय. य. गों.चे स्नेही पण. 'तुमच्या मुलाची गोष्ट वाचली –' असं अण्णांना भेट होताच सांगणारी ही मंडळी. साहजिकच काही भलतंसलतं लिहिलं गेलं तर अण्णांनाच चोरट्यासारखं वाटेल, हा विचार कायम डोक्यात असायचा.

हा माझा लेखनाचा प्रारंभ.

तेव्हा वाटायचं, ही सर्व परिचित मंडळी म्हणून आपलं कौतुकानं वाचतात. इतर कुणी आवर्जून वाचत असेल असं नाही; पण एके दिवशी एका अनोळखी वाचकाकडून पत्र आलं. ते गृहस्थ पुण्याचे होते आणि त्यांचं वय ऐंशी वर्षांचं होतं. 'वार्धक्यामुळे बाहेर पडू शकत नाही, तेव्हा येऊन भेटलात तर फार बरं

वाटेल,' असं त्यांनी लिहिलं होतं. नोव्हेंबर १९६२ मध्ये आलेलं हे पत्र मी अद्याप ठेवलेलं आहे. मी त्या गृहस्थांना भेटायला गेलो होतो. माझ्या कथेत मी जी परिस्थिती आणि समस्या मांडली होती, त्याच समस्येत ती सर्व मंडळी सापडली होती. मी लेखक असल्यामुळे मला तोडगाही माहीत असेल, फक्त मी तो कथेत मांडला नसेल असा त्यांचा समज. प्रत्यक्ष भेटीत मी तरी काय सांगणार?

एक जबाबदार, नोकरी करणारा गृहस्थ सुखाचा संसार असताना पुन्हा एकदा प्रेमात पडतो. त्याला बायको आणि प्रेयसी, दोघीही हव्याहव्याशा वाटतात, अशा स्वरूपाची ती कथा. खुद्द कथेतला तो संघर्ष मी सोडवू शकलो नव्हतो; मग प्रत्यक्षातला संघर्ष कसा सोडवणार? डॉक्टरी व्यवसायातल्या त्या ऐंशी वर्षांच्या गृहस्थांना नमस्कार करीत मी म्हणालो,

''माझ्यापेक्षा आपण आयुष्य जास्त पाह्यलं आहेत. माझ्यात आणि आपल्यात पन्नास वर्षांचं अंतर आहे. मी आपल्याला काय सांगणार?''

वाचकांची ही अशी पत्रं नंतर येतच राह्यली. ती आता अगदी ह्या दिवसांपर्यंत. एकूण वाचकवर्ग किती जागरूक, सुजाण होत चाललेला आहे, ह्याची साक्ष पटवणारी अनेक बोलकी, मार्मिक पत्रं आज माझ्याजवळ आहेत. त्यावरून त्यांच्या आवडीनिवडी, त्यांना आवडणारे इतर लेखक, त्यांचं आयुष्य ह्या सगळ्यांची कल्पना येते. 'तुम्हाला अशी पत्रं खूप येत असतील. तेव्हा माझ्यासारख्या सामान्य माणसाच्या पत्राला बहुतेक केराची टोपलीच वाट्याला येणार –' ह्या प्रकारची सुरुवात अनेक पत्रांतून आढळते; तर एका वाचकानं मात्र, 'मी सामान्य वाचक नाही. मराठी वाङ्मय तळमळीनं वाचणारा चोखंदळ वाचक आहे. माझ्या पत्राला उत्तर यायला हवं.' असा प्रारंभ करून, पोटतिडिकेनं पत्र पाठवलं होतं. पुढचं पत्र खरोखरच त्यांची खोल बुद्धी, अफाट वाचन, उत्तम मोकळा स्वभाव, उत्तम अक्षर... सर्वांची साक्ष पटेल असंच सगळं होतं.

माणूस जास्त जास्त बोलका होत चाललेला आहे. आवडलेल्या गोष्टींना तो 'दाद' देऊ इच्छितो, याचं सुखद प्रत्यंतर म्हणजे ही पत्रं. पाच-पाच, सहा-सहा पानी पत्रं, स्वतःला सामान्य वाचक म्हणवणारी माणसं किती नेमकेपणानं लिहू शकतात, हे वाचण्यासारखं आहे. व्याप आवरेनासा झाला म्हणजे सगळी पत्रं शेवटची वाचून फाडून टाकायची, असं म्हणून मी खूपदा पत्रं फाडायला बसतो आणि सगळी पत्रं तशीच पुन्हा कपाटात ठेवतो. लेखकाला पत्र लिहून त्याचा आणि आपला पत्रव्यवहार आहे असं दाखवण्यासाठीसुद्धा लिहिलेली काही पत्रं त्यात असतील. नाही असं नाही; पण केव्हा केव्हा वाटतं, असा आरोप

करायचा मला काय अधिकार आहे?

वाचकांची ही 'खुषीपत्रं' म्हणजे तेवढाच वाचकवर्ग खरा, असं मला आंधळेपणानं म्हणायचं नाही. मला लेखकही न मानणारी किंवा माझं नाव पाहून मासिकाचं पान उलटणारी चोखंदळ वाचक मंडळीसुद्धा असतील आणि असायला हवीत. त्यात आश्चर्य वा खेद मानायचं मुळीच कारण नाही. लहानपणापासून माझ्यावर जे संस्कार झाले व ज्या तऱ्हेच्या विचारांना अण्णांकडून आणि त्यांच्या स्नेही मंडळींकडून खतपाणी, उत्तेजन लाभत गेलं, त्याच काळात माझा जगाबद्दलचा, आयुष्याबद्दलचा आणि पर्यायानं लेखनविषयक दृष्टिकोन, भूमिका तयार झाली आणि अपरिहार्यपणे त्याच काळात माझा वाचकवर्गही नक्की ठरून गेला. तेव्हा मला मानणारे वाचक जेवढे चोखंदळ आणि रसिक आहेत, तितकेच मला न मानणारे वाचकसुद्धा रसिक आणि चोखंदळच आहेत. मला न मानोत, पण माझ्या लेखनबंधूंपैकी कुणाला तरी मानत असतीलच की नाही?

समाज इतका विशाल आहे, लोकसंख्या इतकी अफाट आहे की साधारण चांगलं लिहू शकणारा लेखक, वाचक-रसिकाच्या अभावापायी उपेक्षित *(किंवा starved)* राह्यला असं होणार नाही. जीवन नाना अंगांनी फुलत आहे. जग दिवसेंदिवस अधिक देखणं, आकर्षक होत चाललेलं आहे. नवी क्षितिजं, शोध, दृष्टिकोन सगळं झपाट्यानं बदलणार आहे. त्या त्या प्रमाणात जीवनाचे पडसाद साहित्यात उमटणं अपरिहार्य आहे. आज आपण जुन्या पद्धतीनं जगत नाही. जुन्या संकेतांना मानत नाही. धर्म, रूढी, आचारविचारांबाबतचे आपले विचार नित्य बदलत आहेत. चांगलं आणि वाईट ह्या संदर्भातलं हे विधान नव्हे. काहीतरी नित्य बदलत आहे, एवढंच मला जाणवतंय. वाङ्मयही भाषेसकट पूर्वीचं राह्यलेलं नाही. प्रकटीकरणाचं तंत्र बदललं आहे. ह्या सर्व अफाट वेगात, माझंही स्टेशन ठरलेलं आहे. आज इथं काही गाड्या थांबतात. क्वचित एखादी गाडी इथूनच सुटते. पुढच्या काळात आमच्या स्टेशनचं नाव फक्त 'समयसारिणीत'च आढळेल आणि ते अपरिहार्य आहे. ह्यात खेद वा वैताग काही नाही. वर्तमानाचाच केवळ विचार करायचा असेल तर माझाही एक वाचकवर्ग आहे, जो नुसता वाचक नाही तर तो त्याच वेळेला टीकाकारही आहे. पोटापाण्यासाठी नोकरी करावी लागत असल्याने, दिवसातला उत्तम वेळ नोकरीत जातो. सकाळचा व संध्याकाळचा तसा रम्य वेळ ऑफिसात व घरी सुखरूप पोहोचण्यात जातो. म्हणजे, अनुभवविश्वाला मुळातच जबरदस्त बंधन आलं. आपल्याकडील लेखक, कलाकार ह्यांचं एरव्हीचं आयुष्य इतर कोणत्याही चार कुटुंबवत्सल माणसांसारखंच असतं. मुलांची शिक्षणं,

आजारपणं, कौटुंबिक कलह, मतभेद, गैरसमज, गाड्यांची गर्दी, प्रवासातली आबाळ, जीवनोपयोगी वस्तू गायब होणं, सरकारी-निमसरकारी कचेऱ्यांतला सावळा गोंधळ, मनाविरुद्ध पत्करावी लागणारी लाचारी, पैसेखाऊ साहेबांचा वरचष्मा... इत्यादी इतरांच्या वाट्याला येणारे अनुभवच आमच्या माथी असतात. ह्या सर्व धावपळीतली विसंगती जेव्हा स्पर्श करून जाते तेव्हा विनोदी कथा, आणि कारुण्य जेव्हा प्रथम जाणवतं तेव्हा so called गंभीर, समस्याप्रधान कथा हा माझा लेखनाचा प्रांत. साहजिकच अशा तऱ्हेच्या वाचकवर्गाचा उत्कट आणि विपुल प्रतिसाद मिळाल्यास मला नवल वाटत नाही.

कथाकथनाचं एक अत्यंत प्रभावी माध्यम गेल्या तीन-चार वर्षांत हाती आल्यापासून माझ्या वाचकांना मी आता समोर पाहू शकतो. तिथंही श्रोते किती चोखंदळ भेटतात ह्याचे अनेक मजेदार अनुभव संग्रही आहेत. कोणत्याही विनोदाला न हसणारा मख्ख समाजही भेटलेला आहे आणि पहिल्या वाक्याला प्रेक्षागार डोक्यावर घेणारा समाजही लाभलेला आहे. कमीत कमी पंचवीस आणि जास्तीत जास्त तीन ते साडेतीन हजार श्रोते उपस्थित असताना कार्यक्रम यशस्वी झालेले आहेत, फसलेलेही आहेत.

नाशिकला वसंत व्याख्यानमालेत, गंगाकिनारीच्या वाळवंटात, चांदण्या रात्री झालेला कार्यक्रम विसरता येत नाही. त्यानंतर एक पत्र आलं, त्यात त्या चिरंजीवांनी लिहिलं होतं,

> ''मी एक कॉलेजविद्यार्थी आहे. तुमचा कार्यक्रम ऐकला. तोपर्यंत तुम्हाला पाहायची फार इच्छा होती. सध्याच्या समाजस्थितीवर, विद्यार्थ्यांवर आणि फॅशनवर तुम्ही जे जे लिहिता ते ते आवडतं. कार्यक्रम संपल्यावर तुमची स्वाक्षरी मिळविण्याच्या हेतूनं मी जवळ आलो आणि खुद्द तुमच्या पँटचा बॉटम किती आहे ते पाहून गेलो.''

ह्या तऱ्हेने असंख्य किस्से आहेत. आनंद एकाच गोष्टीचा आहे की, खूप माणसं भेटतात, ओळखी करून घेतात, लक्षात ठेवतात.

ह्या सर्व वाचकांच्या ओळखीचा दैनंदिन आयुष्यात फार उपयोग झालेला आहे. बँकेचे व्यवहार, स्टेट ट्रान्स्पोर्ट, क्वचित केव्हा रेल्वे बुकिंग, ऑफिसेस, रेशनिंग ऑफिसेस... आणि खुद्द मी नोकरी करतोय, त्या मुंबई महानगरपालिकेतही – ओळख पटली तर रांगेत उभं न राहता कामं होतात. क्वचित केव्हा कामाची वेळ टळल्यावरही कामं झालेली आहेत. ऑफिसच्या कामासाठी – ऑफिसातला हुद्दा उपयोगी न पडता 'लेखक' – ह्या

शिफारशीवरच कामं झालेली आहेत, होत आहेत.
ह्या उलट, केव्हा केव्हा ह्या ओळखींचा त्रासही होतो. कुठंही गेलं तरी कुणी ना कुणी ओळखणारा भेटतोच भेटतो. ह्याचा अनुभव कथाकथनाचे कार्यक्रम व्हायला लागल्यापासून जास्त प्रमाणात येत आहे. त्यामुळे समाज, व्यक्ती, प्रसंग, नाट्य, चित्रपट-सभासंमेलनं, खासगी मैफली... ह्यांत मोकळेपणे वावरता येत नाही. बारकाईनं पण मुक्त निरीक्षण करता येत नाही. सामान्य माणूस जेवढ्या मोकळेपणी कोणतीही गोष्ट करून मोकळा होईल, तशा मोकळेपणानं काहीही करता येत नाही. एका तऱ्हेनं मुक्तानुभव घेण्याच्या मार्गातल्या ह्या अडचणी आहेत. अगोदर अनुभव आणि संचारविश्व तोकडं, त्यात ह्या संकोचाची भर पडते. आपल्याही नकळत आपल्याबद्दलची निर्माण झालेली 'Image' आपल्या माथी मारली जाते आणि मग आयुष्यभर खरा सामना अनुभवविश्वाशी न होता ह्या पिशाच्चाशी होत जातो. इथं सात्त्विक विचारांचा माणूस ड्रिंक पार्टीत किंवा अन्य स्थळी सापडला तर 'ढोंगी' ठरतो आणि मुळात 'चंट' असलेला माणूस कालांतरानं 'सोबर' झाला तर 'करून करून थकला' ह्या लेबलाखाली विकला जातो.
इथपर्यंत झालं वाचकवर्गाबद्दल.
आता टीकाकार कंपनी.
खरं तर 'वाचक आणि टीकाकार' हे दोन निरनिराळे वर्ग संभवतच नाहीत. पत्रातून खुल्लमखुल्ला चर्चा करणारी वाचकमंडळी ही खरी आमची टीकाकार मंडळी; आणि अशी अनेक, चार-चार, पाच-पाच पानी, विश्लेषणात्मक टीका करणारी पत्रं माझ्याजवळ आहेत, हे एक. दुसरं म्हणजे टीकाकार हासुद्धा प्रथम एक वाचक असावा लागतो. ज्यानं बारकाईनं वाचलं आहे, तोच टीका व्यवस्थित करू शकेल. चर्चेसाठी, वाचक आणि टीकाकार हे दोन वर्ग मानायचे असतील तर असं म्हणावं लागेल, ज्यांची समीक्षा वर्तमानपत्रांतून प्रकाशित होते ते टीकाकार. त्या दृष्टीनं जर माझ्या साहित्याचा आकडेवारीत उल्लेख करायचा झाला, तर आतापर्यंतच्या पुस्तकांवर आजवर एक्केचाळीस टीकाकारांनी कथासंग्रह, कथाकथन, इत्यादींवर – एकशे एकोणीस वेळा परीक्षणं लिहिलेली आहेत. ह्या टीकाकारांत, प्राध्यापक मंडळी म्हणजे, माधव मनोहर, ल. ग. जोग, सदा कऱ्हाडे, रा. ग. जाधव, शांता शेळके, कुंभोजकर, वि. द. संत, विजया राजाध्यक्ष, इत्यादी आहेत. त्याशिवाय वि. श्री. मोडक, जयवंत दळवी, विजय तेंडुलकर, रवींद्र पिंगे, वा. य. गाडगीळ, शंकर सारडा, नारायण आठवले, केशवराव भोळे, मधुकर जावडेकर, भाऊ पाध्ये, श्रीराम बोरकर, अरुण घाटे, अरुण टिकेकर, इत्यादी मंडळी आहेत.

असं म्हणतात की, कोर्टात न्याय मिळत नसून, कोर्टात जे मिळतं त्याला न्याय म्हणतात. त्याच चालीवर काही परीक्षणांच्या बाबतीत, जे लिहिलं जातं ते परीक्षण असं म्हणावं लागेल. एक मात्र मी नक्की मान्य करीन की, माझ्याबद्दल ह्या ना त्या स्वरूपात इतरांनी विपुल लिहिलं आहे. उपेक्षा मुळीच झालेली नाही.

ह्या प्रांतातील अनुभवही मजेदार आहेत.

लेखक म्हणून मान्यता मिळावी लागते तशीच टीकाकार म्हणूनही मिळावी लागते हे समजलं. अशाच एका टीकाकार म्हणून मान्यता पावलेल्या टीकाकारांनी माझ्या 'पेन सलामत तो –' ह्या विनोदी कथासंग्रहावर, एका आघाडीच्या प्रथम श्रेणीच्या दैनिकात परीक्षण लिहिलं. ह्या परीक्षणात दिलदार मनानं माझं कौतुक करता करता, परीक्षणातून त्यांनी ठिकठिकाणी जी शंका ध्वनित केली होती, त्यानं मी अस्वस्थ झालो. कौतुकाच्या गुलाबपाण्यानं मन टवटवीत होईना. परीक्षणाचा शेवट करताना त्यांनी असं विधान केलं होतं :

"फडकेंच्या वळणाचे गुलगुली, गोड लेखन वाचून कंटाळलेल्या वाचकांना काळेंचा हा मोकळेपणा निश्चितच आवडेल; पण त्यासाठी जो समाज हवा, तो मात्र आपल्याकडे नाही. त्याचमुळे फार्स वा अशा हलक्याफुलक्या कथा या मातीतून फुलत नाहीत. परदेशी कलमावरच अवलंबून राहावं लागतं अन् काळेंच्या ह्या कथाही त्याला अपवाद असतील, असं वाटत नाही."

ह्या क्षणापर्यंत पाश्चात्य वाङ्मयाची मी एकही ओळ वाचलेली नाही. त्या वेळेलाही अर्थातच वाचलेलं नव्हतं. आधारित किंवा चोरलेल्या कथानकावरून सर्रास कथा, चित्रपटकथा किंवा नाटक लिहून यशस्वी नाटककार म्हणून मिरवणाऱ्यांना जो आनंद होत असेल त्यांना, माझ्या स्वतंत्र लेखनाला जेव्हा 'आधारित'च्या कुबड्या जबरदस्तीनं लावल्या गेल्या, तेव्हा मला किती वाईट वाटलं असेल, ह्याची पुरेपूर कल्पना येईल.

कालांतरानं त्या समीक्षकाची आणि माझी ओळख झाली. मैत्री झाली. परदेशी गेल्यावर त्यांनी मला एक सुरेख पत्रही पाठवलं. खूप गट्टी व्हावी आणि परिचय दृढ व्हावा, अशी माझी इच्छा होती; पण व्यवसायापायी ते कायम बाहेरगावी स्थायिक झाले आहेत.

खरी गंमत पुढेच आहे.

अस्मादिकांनी एकही इंग्रजी पुस्तक वाचलेलं नाही हे त्यांना कळताच त्यांनी विचारलं,

"माझं परीक्षण वाचून तुम्हाला काय वाटलं?"

"तिकडची एक ओळही न वाचता आपण त्या तोडीचं लिहू शकतो, ह्याचा

आनंद वाटला.'' मी लगेच म्हणालो.

त्यानंतर ह्याच गृहस्थांनी माझ्या पुढच्याच विनोदी पुस्तकावर परीक्षण लिहिताना पहिल्याच परिच्छेदात लिहिलं,

''फँटसीवर भर देऊन लेखन करणारे लेखक आपल्याकडे फारच थोडे आहेत; त्यामुळे काळेंच्या ह्या पुस्तकाचे विशेष कौतुक वाटते.''

लेखकाशी परिचय झाल्याबरोबर पूर्वीचा ग्रह बदलण्याचा मोठेपणा ह्या गृहस्थांनी दाखविला. त्या मोठ्या मनाच्या व्यासंगी टीकाकाराचं नाव श्री. शंकर सारडा; तर ह्याच्या अगदी उलट, मला सात-आठ वर्षं अतिशय जवळून जाणणाऱ्या एका प्राध्यापक मित्रानं कादंबरीवर परीक्षण करताना फार मजेदार विधानं केली. कादंबरीचा विषय माझ्या डोक्यात दोन वर्षं घोळत होता. कथारूपानं एका दिवाळी अंकात मी तो विषय मांडला होता. त्याच कथेची कादंबरी करताना, कथेतल्या किती मोघम, धावत्या उल्लेखांची स्पष्टीकरणं कादंबरीत द्यायला मी बांधलेला असेन, ह्यावर चर्चाही झाली होती. त्यातल्या रचनेबाबत आणि कथानक जिथं अडलं होतं, त्यावर ह्या प्राध्यापक दोस्ताजवळ मी सविस्तर बोललोही होतो. उभयतांनी ह्यावर एक पर्यायही शोधला होता. हे सर्व माहीत असून आमच्या मित्रानं परीक्षणात काय लिहावं?

हौस म्हणून माझ्या त्या पहिल्यावहिल्या कादंबरीचं मुखपृष्ठ आणि ले-आऊट मी स्वत: बनवलं होतं. कथानक पुरं लिहायला मला अठ्ठावीस दिवस लागले. विचार पुरा व्हायला त्यापूर्वी दोन वर्षं लागली होती आणि मुखपृष्ठ मात्र एक ते दीड दिवसात मी संपवलं.

असं असताना परीक्षणातील विधानं अशी :

''मुखपृष्ठ आणि सजावट ह्यांकडे लक्ष देण्याऐवजी काळेंनी कादंबरीकडे जास्त लक्ष दिलं असतं तर कादंबरी जास्त निर्दोष झाली असती. कथानकाबद्दल त्यांनी जास्त जागरूक राहायला हवं होतं.''

अर्थात ह्या तऱ्हेच्या विधानांना परीक्षण अथवा समीक्षेचा दर्जा द्यावा का, हा पुढचा भाग.

आणखीन अशा एका विधानाचा मला संताप येतो. एका मान्यवर टीकाकारानं ज्या तऱ्हेचं विधान केलं होतं ते विधान असं –

''मागणीप्रमाणे पुरवठा ह्या न्यायानं, अशा तऱ्हेच्या लिखाणानं व्यवहार साधला जात असेल; पण कलात्मक लेखनावर हा अन्याय आहे, ह्याची जाणीव लेखकानं ठेवायला हवी.''

लेखकाच्या प्राप्तीबाबत परीक्षणात असे उद्‌गार काढणं अत्यंत गैर आहे. लेखनावर उदरनिर्वाह होणं ह्या देशात अशक्य आहे; त्यामुळे 'नाव गेलं

जहान्नममध्ये, आधी सुचेल ते लिहू या' – असं कोणी वागत असणं शक्य नाही. शेवटी लेखक परिचित-अपरिचित वाचकांच्या पसंती-नापसंतीवर, वाचकांसाठीच जगत असतो, लिहीत असतो. बाष्कळ लिखाणावर चार पैसे काही काळ मिळवायचे आणि मिळवलेलं नाव घालवायचं हा जुगार कोणत्याही लेखकाला परवडणार नाही. बरं, तो व्यवहारही शंभराच्या घरातलासुद्धा नसतो. तेव्हा साधून साधून काय साधणार? पाच-पन्नास कथा लिहाव्यात तेव्हा त्यांतल्या दोन-चार गाजतात; पण तेवढ्यासाठी पाच-पन्नास लिहाव्या लागतात. त्या धडपडीतून एखादी कल्पना वेडंपिसं करणारी भेटते. हे बारा वर्षं लेखनात घालवलेल्या कोणत्याही लेखकाला आतून जाणवलेलं असतं. प्रसिद्धी हा प्रकारच तसा फसवा. स्वतःच्या मर्यादांची जाणीव ज्याची त्याला व इतरांना होण्याच्या आत असामान्य ठरण्याचं भाग्य काहींना लाभतं. काहींचं असामान्यत्व आणि 'युगप्रवर्तकता' हां हां म्हणता ओसरते. काहींची आरडाओरडा करून सतत टिकविली जाते, तर काहींची कधीच मान्य केली जात नाही. हे चमत्कार फक्त टीकाकारांच्या जगतातच घडू शकतात, वाचकांच्या नव्हेत.

खरं तर लेखनाच्या काय किंवा कोणत्याही कलाविष्काराच्या काय, ज्या मर्यादा प्रारंभीच्या काळात गौरवाच्या ठरतात, त्याच कालांतरानं त्याला मारक ठरतात. तो मधला काळ म्हणजे लौकिक. ठरावीक आकाराचं काही काळ कौतुक. पुढे ठरावीक आकार हेच त्या निर्मितीचं बंधन.

ह्या बंधनाची, म्हणजेच टीकाकारांच्या लाडक्या परिभाषेत चौकटीची जाणीव कुणाला नाही?... प्रत्येक लेखकाची चौकट होतेच. ते अपरिहार्य आहे. ती चौकट हे त्याचं गुण्यागोविंदानं, सुखेनैव संचार करायचं क्षेत्र नसून, ती त्याची अगतिकता आहे. त्या अगतिकतेची जाणीव त्याला वारंवार बोट दाखवून 'चौकटीतला' लेखक म्हणवून करून देणे कितपत योग्य आहे? – आणि त्याहीपेक्षा व्यवहार साधण्यासाठी लेखन केलं जातं असं म्हणणंही कितपत उचित आहे? तसा आरोप आज नोकरी करणाऱ्या माणसावर, डॉक्टर, वकील, प्राध्यापक सर्वांवर करता येईल. तेव्हा उगीच हे असले चिमटे घेण्यात स्वारस्य नाही, मोठेपण तर नाहीच नाही.

टीकात्मक लेखनानं लेखक घडला पाहिजे. बिथरून जाता कामा नये. असं घडण्याची ताकद किती टीकाकारांच्या वृत्तीत – लेखणीत आहे?

अशा टीकालेखनानं फार तर व्यवहार साधला जात असेल... असं आम्ही म्हणावं काय?

खूप काही निराळं लिहायचं असतं. स्वत:च्या शैलीचा स्वत:लाही कंटाळा

आलेला असतो. वीस-पंचवीस मासिकांची मागणी असते. जेमतेम सात-आठ कथा वर्षासाठी लिहिल्या जातात. त्यातही ज्या मासिकांतून दहा-दहा वर्षं सातत्यानं लेखन केलं जातं, त्यांनाच अग्रहक्क द्यावा लागतो. त्या संपादकांचा घनिष्ठ स्नेह होऊनही 'नवं काही सुचत नाही,' ह्या विधानावर ते विश्वास ठेवत नाहीत.

अशा कोणत्यातरी वर्तुळात लेखक फिरत असतो, ह्याची टीकाकाराला जाणीव नसते. लेखकाशी प्रत्यक्ष परिचय झाल्यावर टीकाकार मंडळी स्वत:च्या गृहीत धरलेल्या समजुतीवर विश्वास ठेवून जी विधानं करतात, ती करणार नाहीत, असा माझा अनुभव आहे. प्रत्येक लेखकाच्या बाबतीत हे होणं अशक्य आहे; पण तसा प्रयत्न समीक्षण लिहिण्यापूर्वी कुणी करू शकेल का? तो यत्न यशस्वी होईल का? ह्या Communication मधून टीकेचा सूर व तंत्र *(चौकट)* बदलेल का? ह्या तऱ्हेचे अनेक विचार मनात येतात.

शेवटी ह्या साहित्याच्या प्रांतात, वाचक, संपादक, प्रकाशक, टीकाकार आणि लेखक ह्यांच्यात कोणत्याच स्वरूपाचा लपंडाव नसावा. चातुर्यानं फसविण्याचे प्रयत्न नसावेत. शब्दांचं जडजंबाल उभं करून दिपवण्याचे वा क्षुद्र लेखण्याचे खटाटोप नसावेत, असं वाटतं. टीकाकारांनीच केवळ एखाद्या लेखकाला उचलून का धरलंय, असली कोडी सामान्य वाचकांना आणि समव्यवसायींना पडू नयेत; आणि एखादा लेखक केवळ लोकप्रिय आहे म्हणून टीकाकारांनी त्याच्याकडे नाक वर करू पाहू नये, असं वारंवार वाटतं.

■

वृद्धाश्रम... सोय की संकट?

सप्रेम नमस्कार, विनंती विशेष. 'विनंती विशेष' हे शब्द आज मी उपचार म्हणून लिहिलेले नाहीत. खरोखरीची विनंती करण्यासाठी वेळात वेळ काढून मी हे पत्र आपल्याला लिहीत आहे.

मासिक चालविण्यासाठी दर महिन्याला आपल्याला काही ना काही नव्या कल्पना निर्माण कराव्या लागतात, ह्याची मला कल्पना आहे. दर महिन्याला नियमितपणे येणारे तुमचे अंक, वाट पाहात थांबावं असे असतात. ह्या तीन पाहुण्यांचा आजवर कंटाळा आलेला नाही, एवढे ते रुचकर असतात. (रुचिराच्या जाहिरातीसकट).

ह्या सगळ्या व्यापाबद्दल नेहमीच कौतुक वाटत आलेलं आहे. मग विनंती कोणती?

– परिसंवादासाठी एखादा विषय देऊन तुम्ही जेव्हा लिहायला भाग पाडता, त्याचा त्रास होतो, तेव्हा ते थांबवा, ही विनंती.

आजूबाजूला सध्या संप, हरताळ, दैनंदिन गरजा भागवणाऱ्या वस्तूंचं दुर्भिक्ष – ह्यापायी हैराण झालो आहोत. विचार करून ताकद इथंच संपली आहे. त्यात तुमचं पत्र येतं आणि आणखी एका कूटप्रश्नाचं भूत उभं करतं. नेहमीच्या धावपळीत असल्या प्रश्नाचं स्मरणसुद्धा राहत नाही. तुम्हा मंडळींनाही हे कसं काय आठवतं, हेही कळत नाही.

'वृद्धाश्रम : सोय, की संकट?' – असा भलामोठा प्रश्न घेऊन तुमचं पत्र आलं. प्रश्न टाकून तुम्ही मोकळे आणि आम्ही आऊट!

ह्या विषयावर लिहायचं म्हणून आऊट नाही, तर कोणीतरी तुमच्यासारखा विचारवंत असला प्रश्न उपस्थित करतो म्हणून आऊट.

एखादी गोष्ट योग्य की अयोग्य, सोईची की संकटाची हे ठरविण्याचा माझा एकमेव निकष म्हणजे मला स्वतःला ती गोष्ट स्वीकारायची पाळी आली तर मी तिचा स्वीकार करीन की विरोध करीन, हाच असतो. मग ती वृद्धाश्रमाच्या कल्पनेबाबतची असो किंवा लग्नात वधूवरांना भेट म्हणून द्यायच्या वस्तूबाबतची असो. एखादी वस्तू भेट म्हणून स्वीकारताना ती मला स्वतःला आवडेल अशी असेल तर तशीच वस्तू मी दुसऱ्यांना देण्यासाठी निवडतो. म्हणूनच 'लेमन सेट' नावाचा प्रकार मी आजवर कुणालाही प्रेझेंट दिला नाही. (आणखीन सहा वर्षांनी माझ्या घरात कार्य आहे. आहेर करणाऱ्यांनी इथं 'हिण्ट' घ्यावी.
'सूज्ञास...' वगैरे वगैरे)

वृद्धाश्रम : सोय की संकट हा प्रश्न आपण विचारताच मला खुद्द स्वतःच्या म्हातारपणाची आठवण झाली. ज्या मुलांवर आज आम्ही जीव टाकून प्रेम करीत आहोत, त्यांनी आमची रवानगी वृद्धाश्रमात केली आहे. माझ्या आजूबाजूला कुणी खोकणारे, कुणी शिंकणारे, कुणी दमेकरी, तर कुणी संधिवातवाले – असेच सगळे आहेत. 'भक्कम लाकूड, टणक गाठ...' ह्या वर्णनात बसेल असं एकही खोड (इन्क्लुडिंग अस्मादिक) – तिथं नाही.

ह्या तऱ्हेचं चित्र समोर उभं राह्यलं. अंगावर काटा आला. केव्हातरी, कुणीतरी भेटायला येईल ह्यात प्रेमापेक्षा, 'गेलो नाही तर तात्या (आजूबाजूला फक्त हीच नावं – तात्या, नाना, बाबा, आबा, भाऊ, काका... सिंप्ली हॉरिबल!) काय म्हणतील – ह्या स्वरूपाचा कर्तव्याचा भाग जास्त असेल. आठ-दहा दिवस भेटायला कोण येईल ह्या प्रतिक्षेत घालवायचे आणि तासाभराच्या भेटीतल्या त्यांच्या कृत्रिम वागण्यानं आणखी दुःखी व्हायचं; ह्यापेक्षा जिवंत नरक कोणता असेल?

ह्यावर असं कदाचित म्हटलं जाईल की, तसे आश्रम एकदम आकर्षक पद्धतीने बांधले जातील. मन रमेल अशा बागा असतील, सुगंध असेल, स्वर असतील. उत्तमोत्तम ग्रंथ असतील. पाय मोकळे करायला मोठमोठाली लॉन्स असतील. मन मोकळं करायला समवयस्कर म्हातारे तर विपुल. तेही रिकामे, तुम्हीही रिकामे! तुम्ही त्यांची रडगाणी ऐका, त्यांना तुमची ऐकवा. उत्तमोत्तम वैद्यकीय मदत मिळेल – होमिओपथी, ॲलोपथी, आयुर्वेदिक – जी पचेल ती; म्हणाल ती. व्याख्यानं, कीर्तनं – हवं तर एखादं पौराणिक नाटक दाखवू. आणखी काय हवं?

हे सगळं एखाद्या वेळेस मिळेलही; कारण शेवटी स्वार्थासारखा गुरू नाही. घरात म्हातारा किंवा म्हातारी नकोय. ती काय मागताहेत? – ह्या सगळ्या सोई हव्यात? – घेऊन टाका; पण वृद्धाश्रमात जा. आमच्या मार्गात कडमडू

नका. वुई आर बिझी!

बिझी कशात? – स्वत:तच ना?

पार्ट्या, नाटकं, सिनेमे, गप्पागोष्टी, ड्रिंक्स, शॉपिंग! तुमच्याकडं पाहायचं कधी?

मुलांची चिंता करू नका. त्यांना सांभाळायला महादू आहे. तुमच्याच वयाचा आहे. पण मुलांचं सगळं करतो. तुम्ही आंघोळही घालत नाही मुलांना.

मला इथंच दुःख आहे.

जबाबदारी स्वीकारण्यापासून आपण पळायचं, काम टाळायचं, दुःखाला सामोरं जाण्याऐवजी त्याला पाठ दाखवायची, ह्या वृत्तीचा संताप आहे. घरातल्या वार्धक्याला आश्रमाची वाट दाखवाल; पण स्वतःच्या वार्धक्याचं काय कराल? त्याला कोणती वाट दाखवाल? त्या वार्धक्यापासून कसे पळाल? – आजचा युगधर्म 'पळावं कसं' हेच शिकवतो. शाळेतून, कॉलेजातून, ऑफिसातून, जबाबदारीतून. जिद्द बाळगण्यापासून – सगळ्यांपासून पळायचं. कातडी वाचवायची. कोणत्याही मार्गानं पैसा मिळवताना, चारित्र्यापासूनही पळायचं.

ह्या पळण्याचं अंतिम पर्यवसान म्हणजे – आश्रमांची निर्मिती – हेच होणार. मात्र ह्याच मंडळींना जरा विचारा की फक्त सौख्य, ऐषआराम, चैन ह्यांमागे पळणाऱ्या तुम्हाला, मरण कधी यावं? तर ताबडतोब सांगतील, हातपाय ठणठणीत आहेत तोवर यावं.

म्हातारपण क्लेशदायक आहे यात शंकाच नाही; पण त्या भीतीपेक्षाही, धडधाकट जगाकडून आपली आबाळ होईल, ह्याची धडकी भयाण असते. आपली आता कुणालाही गरज राह्यलेली नाही, हा विचार महाभयानक आहे आणि वृद्धाश्रमातून ह्या विचारांमुळे निर्माण होणाऱ्या दुःखापायी निराळं काही निर्माण होणार नाही. वृद्धाश्रम स्थापन करण्यात वृद्धांचं कल्याण तर नाहीच नाही; पण वस्तुस्थिती, भवितव्य ह्यांना टक्कर देण्याचं सामर्थ्य घालवणाऱ्या तरुण समाजाचंही कल्याण नाही.

संपादक महाशय, साध्यासाध्या कौटुंबिक कथा लिहिणारा मी एक चौकटीतला कथाकार नव्हे – गोष्टी सांगणारा लेखक आहे. तेव्हा माझे विचार तुम्हाला पटणार नाहीत. कोणती तरी अधिकारी व्यक्ती हवी. परदेशातली असेल तर म्हणजे ॲथॉरिटी भेटली, असंच म्हणायला हवं. तेव्हा सांगतो. परवा, डॉ. जोसेफ मिहालिक भेटले. १९५३ साली ते ग्रॅज्युएट झाले. त्यानंतर, सायंटिफिक डिग्री इन सोशल, नॅशनल प्लॅनिंग. त्यानंतर हेड ऑफ दि डिपार्टमेंट ऑफ नॅशनल प्लॅनिंग. १९६३ ते

१९६६, डीन ऑफ फॅकल्टी ऑफ नॅशनल इकॉनॉमी. १९६५-६६, हेड ऑफ दि डिपार्टमेंट ऑफ लेबर – ब्रास्तिस्लाव्हा स्कूल ऑफ इकॉनॉमिक्स. त्यानंतर, १९६६-१९७०, स्टाफ मेंबर ऑफ युनायटेड नेशन्स, सेक्रेटरीएट – न्यूयॉर्क-वगैरे वगैरे.

त्यांच्या मुलाखतीत ते म्हणाले,

"विभक्त कुटुंबपद्धती आम्ही आता मोडून काढण्याच्या मागे आहोत. वृद्धाश्रमाच्या स्थापनेपासून आमचे प्रश्न बिकट झाले आहेत. वृद्धांना तशा आश्रमात येणारं नैराश्य कशानंही दूर होत नाही. तेवढ्यासाठी आम्ही प्रत्येक घराची रचना कमीत कमी पाच खोल्यांची करत आहोत. ज्या घरात एक म्हातारं जोडपं, एक तरुण जोडपं आणि मुलं एकमेकांच्या मार्गात न येता, एकमेकांसाठी जगू-राहू शकतील – ह्यासाठी आमचा आटापिटा चालला आहे. कौटुंबिक स्वास्थ्यासाठीच आम्हांला म्हातारी माणसं हवी आहेत."

जास्त काय सांगू?

कळावे,

आपला,
वपु काळे.

टूडे...व्हाय?

गाव पाह्यचं म्हणजे काय?

कारण व्यवसाय वास्तुशास्त्राचा असल्यानं माझी नजर इमारती, रस्ते, बगीचे, रचना, रंगसंगती इथं थांबायला हवी; तिथंच फिरायला हवी; पण का कुणास ठाऊक, मी अजून माणसंच पाहातो. नवं गाव पाहाणं म्हणजे नवा माणूस पाहाणं हीच माझी नव्या गावाची व्याख्या आहे; त्यामुळे वालावलकर जेव्हा म्हणाले, ''युनिव्हर्सिटी कँपस पाहायला आवडेल की तुम्हाला लांजेकर वकिलांकडे नेऊ?''

मी म्हणालो, ''लांजेकर वकील.''

एका लाजवाब वास्तूसमोर वालावलकरांनी फियाट उभी केली. माणसाचं वेड असतानाही त्या वास्तूकडे मी बघत राह्यलो.

''वालावलकर.''

''बोला.''

''एवढ्या बड्या धेंडांकडे मला नेऊ नका.''

''हे लांजेकरांचे घर नाही. हे सर्जन कोपर्डे. महिना वीस-बावीस हजारांची प्रॅक्टिस आहे.''

''ते तर बंगलाच सांगतोय.''

''इथंच बसा, त्यांना घेऊन येतो.''

मी काही विचारायच्या आतच वालावलकर तुरूतुरू चालत फाटक उघडून आत गेले.

संपत्तीचं तेज म्हणतात ते कोपर्ड्यांच्या चेहऱ्यावर, रुबाबदार कपड्यांवर आणि हातातल्या इम्पोर्टेड सिगारेटच्या पाकिटावरही दिसत होतं. गाडीत त्यांनी पाऊल

टाकताच एका धुंद करणाऱ्या सुगंधानं गाडी भरून गेली.
''त्या म्हाताऱ्याकडे फार वेळ थांबायचं नाही.'' कोपर्डे म्हणाले.
''का?''
''फ्रिजमध्ये बिअरच्या बाटल्या टाकून आलोय. त्याचा बर्फ होईल.''
''पण...''
''अहो, तुमचे हे लेखकच कोपर्ड्यांनी बिअर खायला घातली, अशी निंदा करत फिरतील मुंबईला.''
वालावलकर परस्पर म्हणाले, ''आमचे कथाकथनकार प्यायलेल्या बिअरला जागणारे आहेत.''
एका वाड्यासमोर वालावलकरांनी गाडी थांबवली. वाडा म्हणजे साक्षात वाडा. इमारतीचं वर्णन करायची तशी गरज नाही; कारण 'वाडा' ह्या शब्दाबरोबरच माझ्या स्वतःच्या काही 'अ‍ॅसोसिएशन्स' आहेत. 'चौकात सायकली ठेवू नयेत,' ही नोटिस ज्या वास्तूत दिसते, त्याला वाडा म्हणतात. कुठल्या तरी एका वाड्यात, ह्याच वाक्यासमोर, वेड्यावाकड्या अक्षरात, खडूने *(की खडूसने?)* 'मग चोरा, कुठे रे ठेवाव्यात?' असं वाक्यही लिहिल्याचं वाचलेलं मला आठवतं. तशा प्रकारची प्रेमळ सूचना इथं कुठं दिसते का, हे पाहण्याच्या प्रयत्नात मी असतानाच मला तिथं निराळीच पाटी दिसली.
''सायकलसाठी खास सोय जिथं करण्यात आली आहे, तिथंच सायकली ठेवाव्यात. गिलाव्याचा खर्च भरून देण्याची ऐपत आणि इच्छा असणाऱ्यांनी सायकली कुठंही ठेवाव्यात.''
ती पाटी मी वाचत असतानाच वालावलकर म्हणाले, 'This is Advocate Lanjekar.'
पाटीकडेच पाहत मी म्हणालो, ''माणूस आवडला. भेटवा.''
कोपर्डे पटकन म्हणाले, ''आपल्या मागेच उभे आहेत.''
वळून पाह्यलं तर खरोखरच समोर लांजेकर. नावाआडनावावरून आपण व्यक्ती कशी असेल ह्याचं एक चित्र उगीचच मनातल्या मनात तयार करतो. तसं 'लांजेकर' म्हणताच मीही एक चित्र तयार ठेवलं होतं. त्या चित्राप्रमाणे लांजेकर मुळीच नव्हते. सोगा सोडलेलं धोतर आणि अंगात बाह्यांचा गंजीफ्रॉक. डोक्याला भरपूर केस. पिकलेले.
''स्वागत असो.'' नमस्कार करीत ते म्हणाले.
त्यांच्यापाठोपाठ चालत असतानाच ते म्हणाले, ''ह्या खाटकाला आज सवड कशी मिळाली?''
कोपर्डे म्हणाले, ''एक दिवस बकऱ्यांना सुट्टी.''

लांजेकर त्यांच्या घराच्या दरवाजाजवळ थांबले. ते का हे त्या दोघांना माहीत असावं. वालावलकरांनी बूट काढायला प्रारंभ केला. मलाही तसं करावं लागलं. लांजेकर, 'बूट इथपर्यंत चालतील हो,' असं काहीतरी म्हणतील, ह्याची मी एकीकडे वाट पाहात होतो; पण म्हातारा तसं काही म्हणाला नाही.

बैठकीच्या खोलीत आम्ही प्रवेश केला.

खऱ्या अर्थानं ज्याला भारतीय बैठक म्हणता येईल, अशा तऱ्हेनं बाहेरचा दिवाणखाना सजवलेला होता. पांढऱ्या स्वच्छ चादरी घातलेल्या बैठकी आणि तितकेच शुभ्र लोड-तक्के. टेबल-खुर्चीचा मागमूस नाही. साहेबानं हिंदुस्थान सोडलं तेव्हा लांजेकरांच्या घरात येऊन तो आपल्या वस्तू घेऊन गेला असावा. एका कोपऱ्यात उतरतं मेज. त्याच्या शेजारी दौत. मी मग बोरू वगैरे दिसतात का ते शोधायला लागलो; पण ह्या सर्व सजावटीपेक्षा माझं लक्ष जर कोणत्या एका वस्तूनं वेधलं असेल, तर ती म्हणजे इतिहासजमा होणाऱ्या 'झोपाळ्यानं.' मी झोपाळ्याकडे पाहात असतानाच लांजेकर म्हणाले, 'मंद वारा हवा असेल तर झोपाळ्यावर बसा आणि झोका घ्या.'

''आपल्या गप्पांत व्यत्यय येईल.''

''नाही येणार. तुम्ही झोका घ्यायला लागलात की आम्हालाही वारं लागेल.''

मी हसल्यावर त्यांना हुरूप आला. ते म्हणाले, 'साहेबानं पंख्याचा शोध लावण्यापूर्वी आम्ही हमखास वारा कसा घेता येईल, ह्याचा शोध लावलाय. त्याशिवाय आमची नम्रताही त्यात दिसते.'

''ते कसं?''

''वारा म्हणजे पंचमहाभूतांपैकी एक. तो नाही आला तरी आम्ही त्याच्याकडे झोपाळ्यावरून जाऊ.''

''एकदम बरोबर.''

''आता आपली ओळख...''

तेवढ्यात वालावलकर म्हणाले, ''परवा तुम्हाला मी म्हणालो होतो ना, वपुंना आणतो म्हणून. ते हे.''

लांजेकरांनी भरघोस नमस्कार केला.

''ह्यांच्या कथा...''

ह्या एका अटळ विधानाला मी फार घाबरलेला असतो. समोरच्या माणसानं कधीकधी काहीही वाचलेलं नसतं. तेवढ्यात लांजेकर म्हणाले, 'मी काहीही वाचलेलं नाही. ह्यांचंच असं नाही, कुणाचंच वाचत नाही. एकदा 'व्यास' वाचला की कुणाचंही वाचायला नको. काय वपु?' लांजेकरांनी माझीच साक्ष काढली.

"अगदी लाखातलं बोललात!" असं म्हणताना मी लांजेकरांच्या नाकाला सणसणीत चावलो – मनातल्या मनात. तेवढ्यात लांजेकर बैठकीवरून उठले आणि आत गेले.

मी घराचं निरीक्षण सुरू केलं. वकिलाचंच घर असल्यानं पुस्तकं, नव्हे, ग्रंथराज चारही भिंतींना होते, ह्यात नवल नव्हतं; पण त्यापेक्षा एक ठणठणीत गोष्ट समोर होती. डोळ्यांच्या डॉक्टरकडे तक्ता लावलेला असतो, त्यातलं सर्वांत मोठं अक्षर जेवढ्या आकाराचं असतं तेवढ्या अक्षरात तिथल्या भिंतीवर लिहिलं होतं, 'TODAY' दुसऱ्या भिंतीवर लिहिलं होतं, 'WHY ?'

मी वालावलकरांना विचारलं, "ह्याचा अर्थ काय?"

"ते तुम्ही त्यांच्याचकडून ऐका."

तेवढ्यात कोपर्ड्यांनी सिगारेट पेटवली आणि त्याच वेळी लांजेकर बाहेरच्या खोलीत आले. ते कोपर्ड्यांसमोर जाऊन उभे राह्यले. अत्यंत नम्र भाव चेहऱ्यावर आणीत त्यांनी कोपर्ड्यांना नमस्कार केला आणि ते म्हणाले, "डॉक्टरसाहेब, तुम्ही ह्या घरी पुष्कळ दिवसांनी आलात, म्हणून काही-काही नियम विसरलात..."

कोपर्डे लगबगीनं बैठकीवरून उठले. "अरे, चुकलंच. इथं धूम्रपान चालत नाही, नाही का?" असं म्हणत ते घराबाहेर जाऊन सिगारेट टाकून आले. लांजेकर 'थँक यू' म्हणाले नाहीत.

वालावलकर लांजेकरांना म्हणाले, "वपुंना ह्या पाट्यांचा अर्थ हवा आहे."

"सांगतो. बसा. हां. हां, तुम्ही झोका थांबवायचं कारण नाही."

ते न ऐकता मी बैठकीवर जाऊन बसलो.

लांजेकर सांगू लागले,

"बरीच जुनी कहाणी आहे. पदवीधर झालो एकोणीसशे चौतीस साली. सनद काढली. एक लाख रुपये मिळवून दाखवायचे असा चंग बांधला. त्या काळातले एक लाख रुपये. ठरवलं आणि प्रॅक्टिस सुरू केली, वीस तास काम आणि चार तास विश्रांती आणि योजनेप्रमाणे, वाटेल त्या मार्गानं, म्हणजे खऱ्याचं खोटं आणि खोट्याचं खरं करून पैसा जोडला. दरम्यानच्या काळात आमच्या भाऊबंदांनी माझ्यावर फिर्याद ठोकली. जमिनीसाठी. आम्ही लाख कमवायच्या मागे. प्रथम प्रथम दुर्लक्ष केलं. पाचही भाऊ एक झाले. मी एकटा पडलो. खटला १६ वर्षं चालला. त्यात मी वकील असून हरलो आणि मग एकाएकी उबग आला. लाख आले आणि गेले. तब्येत दगदगीनं जरा ढासळली. मग एके दिवशी स्वतःला प्रश्न विचारला, "हे सगळं का ? – WHY?"

"त्या दिवशी ही पाटी इथं लावली. आता कोणतीही गोष्ट करताना 'WHY ?'

हा प्रश्न स्वत:ला विचारतो. त्या 'WHY ?'चं समाधानकारक उत्तर मिळालं तर ती गोष्ट करायची. त्याचप्रमाणे ही पाटी 'TODAY.' जे काय करायचं ते आजच्या आज. झोपून उठायचं तेवढं एकच आजचं काम उद्यावर ढकलतो. म्हणजे आज रात्री झोपून आजच उठणं अशक्य आहे म्हणून. बाकी प्रत्येक काम त्या दिवसाचं त्याच दिवशी करायचं. प्रत्येकानं 'TODAY' ह्या शब्दाला पेलेल एवढंच काम करायचं ठरवलं तर आणि 'WHY ?' हा प्रश्न स्वत:ला विचारला, तर माणसाची फरफट किती कमी होईल, कल्पना करा.''

आणि तेवढ्यात एकाएकी गजराचा आवाज कानांवर आला.

लांजेकर हसले. त्यांनी कोपऱ्यात हात घालून घड्याळ काढलं.

''हा गजर तुमच्यासाठी नव्हता. हा अशिलासाठी लावलेला असतो.''

''त्यानं काय होतं?''

''अशील बोल-बोल बोलतात. त्यातलं खूप वायफळ असतं. आपलाही किती वेळ मोडतो त्याचं भान राहात नाही, म्हणून मधूनमधून गजर हवा. मूळ आयुष्यच जर आखून, हिशोब करून कुणीतरी दिलेलं आहे तर माणसानंही त्याचे किती वाटे होऊ द्यायचे, ह्याचा विचार केला पाहिजे.''

आम्ही निघालो.

''हा गजर खरंच तुमचा नव्हता.''

कोपर्डे म्हणाले,

''पण आम्ही आमचा गजर येताना लावला होता ना.''

गाडीत बसल्यावर कोपर्डे म्हणाले, ''म्हाताऱ्याकडचा गजर मीच लावला होता, नाहीतर फार उशीर झाला असता. मला फार अन्‌बिअरेबल व्हायला लागलं होतं.''

''बिअर,'' शब्दावर कोपर्ड्यांनी अर्थपूर्ण जोर दिला.

■

कुंकू ते हळदी-कुंकू

वेळ सकाळची. कामावर जाण्याची. मी स्कूटरवर. वेग नेहमीचा. म्हणजे जी मंडळी कोणतंही वाहन चालवीत नाहीत त्या सर्वांना, 'फारच जोरात चालवतो हो,' असं वाटायला लावण्याइतपत. शेजारून अनेक गाड्यांपैकी जाणारी एक ॲम्बॅसॅडर.

त्या गाडीतला गृहस्थ 'थांबा, थांबा' अशा खाणाखुणा करतो. बघतो तो श्री. दामू केंकरे.

दोघांची वाहनं एका बाजूला.

"यंदाच्या महाराष्ट्र राज्य चित्रपट स्पर्धेसाठी, कथा-पटकथा-संवाद विभाग बघणार का?"

"जरूर. पण सगळ्या तारखा रिकाम्या नसल्या तर?"

"तशी डिफिकल्टी प्रत्येकाला असते. शो पुन्हा ॲरेंज करता येतो."

"ओके."

काहीशा कुतूहलानंच हे काम स्वीकारलं.

रोज एक चित्रपट बघायचा. घरी आल्याबरोबर कथानक लिहून काढायचं. काय काय खटकलं ह्याची नोंद करायची. ह्या कथानकानं काही नवीन दिलं का, ह्यावर विचार करायचा; हा क्रम सुरू झाला.

स्पर्धेसाठी आलेले चित्रपट संपल्यावर पहिला विचार मनात आला की, ह्यांपैकी एकाही चित्रपटाला कथेचं-पटकथेचं बक्षीस देऊ नये.

पण बक्षीस द्यायचं नाही, ह्याची मूळ नियमातच तशी सोय वा तरतूद नव्हती. मग ज्या कथेनं, त्यातल्या त्यात नवा विचार देण्याचा प्रयत्न केला, त्याची निवड कराविशी वाटली. त्या दृष्टिकोनातून, नाइलाजानं का होईना, 'हळदीकुंकू'

चित्रपटाचा नंबर लागला.
स्पर्धा आणि स्पर्धेचा निकाल ह्या संदर्भात, ज्याला पुरस्कार मिळत नाही, त्याला नेहमीच त्याच्यावर अन्याय झाल्यासारखा वाटतो. बऱ्या-वाईटाचे निकष हे नेहमीच व्यक्तिनिष्ठ असतात. ते जितके वस्तुनिष्ठ होतील, तेवढे गैरसमज कमी.
पण कलाकृतीच्या संदर्भात व्यक्तिनिष्ठ निकषच शेवटी कौल ठरवतात. तरीही माझ्या बाजूनं मी कारणं तयार ठेवली होती.
फक्त मला कुणी 'अमुकच कथा' श्रेष्ठ का वाटली ह्याबद्दल प्रश्नच विचारला नाही. अर्थात कुणीही प्रश्न विचारला नाही म्हणून मला स्वतःला पडलेला प्रश्न सुटला आहे, असं नाही.
मराठी चित्रपटाची आणि माझी फारकत होऊन बरीच वर्षे झाली. मराठीच असं नव्हे तर चित्रपटसृष्टीशीच एकूण. शेवटचा चांगला चित्रपट कोणता पाह्यला हे सांगणंही आता कठीण आहे; पण चांगल्या चित्रपटांची नावं सांगा असे म्हटलं तर चित्रपटसृष्टी कुंकवापासून हळदीकुंकवापर्यंत आली असली तरी, हळदीची जोड मिळूनही तिला नुसत्या 'कुंकवाची' सर नाही, हेच नव्यानं समजलं.
तसं म्हणाल तर 'कुंकू' ते 'हळदीकुंकू' ह्या दोन प्रांतांतलं अंतर ते किती? नकाशात मोठमोठाली गावं अर्ध्या-पाव इंचावर असतात, त्याहीपेक्षा कमी अंतरावरची ही गावं, म्हणजे एका अर्थानं चित्रपट तिथेच थांबला आहे काय? एकवेळ ते चाललं असतं.
पण तेवढंही भाग्य नाही. तो मागे मागेच चालला आहे.
चांगले चित्रपट म्हटल्यावर कोणती नावं आठवतात? कुंकू, माणूस, शेजारी, तुकाराम, माझं घर माझी माणसं, रामजोशी, अमर भूपाळी, जय मल्हार, जिवाचा सखा, देवबाप्पा, मी तुळस तुझ्या अंगणी, पेडगावचे शहाणे, लाखाची गोष्ट, बोलविता धनी, गंगेत घोडं न्हालं, वहिनीच्या बांगड्या, जगाच्या पाठीवर, सांगत्ये ऐका... एवढीच. ह्या यादीत 'ऊनपाऊस' राह्यलं. आणखी काही राह्यली असतीलही. चित्रपटांचा क्रमही चुकलेला आहे.
आमचा इतिहास कच्चाच. 'सन' सांग, ह्या प्रश्नात कोणती घटना कोणत्या साली घडली, हे कधीच धडपणे सांगता आलं नाही. त्या अर्थानं आम्ही वेगळा इतिहास घडविणारे. म्हणून चित्रपटांचा क्रमही चुकलेला आहे. पण तरीही, मागं रेंगाळत राहणाऱ्या कृतीचं वा कलाकृतीचं महत्त्व तारखेमुळे कुठे लक्षात राहतं? त्या मागं रेंगाळतात त्यांच्या अलौकिकत्वामुळे. डोळ्यांसमोर हेच चित्रपट का यावेत?
ह्यांपैकी शहरी जीवनावरचे किती आणि ग्रामीण किती? मुळात असा मतभेद

असतो का? असावा का?
'जय मल्हार' ह्या पहिल्या ग्रामीण चित्रपटानं, नवी दिशा निर्माण केल्याचं म्हणतात; पण खऱ्या अर्थानं तो पहिलावहिला ग्रामीण चित्रपट नव्हेच.
'सावकारी पाश' हा पहिला ग्रामीण चित्रपट असल्याचं इतिहासकार सांगतात. हे विधान ऐकीव. कारण 'सावकारी पाश' चित्रपटाच्या वेळी मी 'पंचवर्षाणि लालयेत्' ह्या वयाच्या आसपास असणार. माझ्या स्मृतिपटलावरचा
'कुऱ्हाडी'चा पहिला चित्रपट 'जय मल्हार'च. त्या चित्रपटापासून कुऱ्हाड आणि कुऱ्हाडीच्या पाठोपाठ पाटलाकडची 'डब्बल ब्यारल' बंदूक.
त्यानंतरच्या एकूण एक ग्रामीण चित्रपटांतून जर दोन दृश्यं दाखवली नाहीत तर सेन्सॉरचं सर्टिफिकीट मिळतच नसे म्हणे.
पैकी एक देखावा, शेतावरची मोट अथवा बैलगाडी आणि आपोआपच बैलांच्या बाकदार शिंगांच्या महिरपीत हिरो वा हिरॉईनचा किंवा दोघांचा *(एका शिंगात)* क्लोजअप्.
दुसरा देखावा, झोपाळ्यावर बसून पाटलांनी त्यांच्या डब्बल ब्यारल बंदुकीच्या नळ्या साफ करणं. आणि त्याचा नेम पाहातानाच बंदुकीच्या नळीच्या भोकात, गरीब बिचाऱ्या शेतकऱ्याची बायको. *(बहुधा सुलोचनाबाई)*
हे दोन्ही देखावे हवेतच. काही मर्जीतल्या लेखकांची कथा वगळल्यास, टीकाकारांच्या नजरेतून इतर सर्व लेखकांची कथा जशी एका चौकटीत फिरत राहाते, तशीच ग्रामीण चित्रपटाची कथा बंदुकीच्या नळीच्या वर्तुळातच फिरत राह्यली.
ह्या सर्व ग्रामीण चित्रपटांचा साचा बनणं अपरिहार्य होतं. दारू अणि बाईच्या आहारी गेलेला पाटील आणि त्याच्या जाचातून सुटू पाहाणारं गाव किंवा एखादा सच्छिल शेतकरी. तमासगिराच्या व्यवसायातील बाईच्या मागं लागलं की सात-आठ नाच आणि लावण्या ह्यांची बिनबोभाट सोय होत होती. तमाशा आणि लावण्या ह्यांचं चित्रणही साचेबंद. हार्मोनियमवरच्या चुकीच्या बोटांचा क्लोजअप्. अर्थात हे पथ्य आजवर भल्याभल्यांनी सांभाळलेलं नाही.
तारसप्तकातले सूर सतारीवर ऐकू येत असताना, सतारीवाल्यांचा हात वरच्या बाजूला सर्रास फिरतो. तोच न्याय *(?)* हार्मोनियम वाजवणाऱ्याच्या बाबतीत.
स्पर्धेसाठी आलेले चित्रपटही ह्या प्रकारच्या चित्रणाला अपवाद नव्हते.
जबरदस्ती, बलात्कार, दारू, तमाशा, नाच, लावण्या ह्यांच्या तावडीतच जवळपास सगळ्या कथा सापडलेल्या. त्याहीपेक्षा जास्तीची धडपड ह्या साचेबंद चित्रपटांतून दिसून आली ती अशी की, तमासगिराच्या व्यवसायातील स्त्री ही देवघरातल्या स्त्रीपेक्षा म्हणजेच देवतातुल्य गृहिणीपेक्षा जास्त त्याग करणारी

दाखविणे. ती जास्त घरंदाज, जास्त सोशिक, जास्त सोज्ज्वळ. हे सर्व सिद्ध करण्यासाठी मग कथेचं काहीही झालेलं चालत होतं.
कथेचाच विषय आला ते चांगलं झालं.
स्पर्धेसाठी आलेले चित्रपट बघून घरी परत येत असताना मी रोज स्वतःला एक प्रश्न विचारीत होतो की, आज पाह्यलेल्या चित्रपटानं तुला नवं काय दिलं? खूप शोधायचा प्रयत्न करूनही, खेदानं नमूद करावंसं वाटतं, की मन सैरभैर होईल, वेडंपिसं करील, अशी एकही कथा हाती लागली नाही. असं का व्हावं?
तंत्राच्या प्रांतात चित्रपट पुढे गेला, ध्वनियोजनेच्या मानानं चित्रण खूपच आघाडीवर आहे, संगीताच्या प्रांतात खूप प्रयोग झाले. माडगूळकरांच्या काव्यसंपदेनं संगीत समृद्ध झालं.
पण कथा?
ह्या एका प्रांताच्या बाबतीत एवढी उदासीनता का? इतकी बेपर्वाई, हेळसांड का? ठराविक चाकोरी सोडण्यासाठी एवढी चालढकल का? सूत्र न सोडता कथा सरळ सरळ का जात नाही? प्रत्येक घटना अपरिहार्य का वाटत नाही? तार्किक विसंगती ढोबळपणे लक्षात यावी इतकी ठसठशीत का? चार गाणी, पाच नाच, एखादा बलात्कार, खून, अपघात, आत्महत्या, इत्यादी मळलेल्या नव्हे तर घसरड्या वाटेवरून कथा किती वर्षं जाणार आहे? चाकोरीच्या बाहेरील चित्रपट ठरणार म्हणून ज्या चित्रपटाच्या अपेक्षा उंचावल्या होत्या तो 'चिमणराव-गुंड्याभाऊ' इतका पोरकट, कर्कश, विसंगत का व्हावा?
चित्रपटनिर्मितीसाठी कथा हे 'प्रधान अंग' कधी आणि कोण ठरवणार?
वानगीदाखल ज्या रेंगाळणाऱ्या चित्रपटांची नावं वर दिली, त्या प्रत्येक चित्रपटाची कथा जबरदस्त होती, म्हणूनच ते चित्रपट आजही टवटवीत वाटतात. निर्मात्यांनी आणि दिग्दर्शकांनी लेखकाला बाजूला न सारलेले ते चित्रपट. म्हणूनच आजही काळजाला हात घालण्याचं सामर्थ्य त्या चित्रपटांतून आहे.
वास्तविक ह्या प्रांतातल्या अनेक दिग्दर्शकांशी चर्चा करण्यात आयुष्यातील बरेच दिवस खर्च केल्यावर असं आश्चर्य वाटू नये. चित्रपटाच्या सुरुवातीला म्हणजे नव्या चित्रपटाची जमवाजमव सुरू होते तेव्हा ही मंडळी 'काही नवीन आहे का सांगा' असं म्हणत येतात; तर कधी-कधी एखादी विशिष्ट कथा आवडली म्हणून येतात; आणि मग त्यांना आवडलेल्या कथेचीच चिरफाड तुमच्यासमोर करतात. किंवा दोन-तीन तास त्या मंडळींना नवे नवे विषय ऐकवले की जाताना ते म्हणतात,

'तुमच्या कथा नाटकांना फार योग्य आहेत.'
कथा ऐकायला येणाऱ्या थोर मंडळींत संगीत दिग्दर्शक असेल तर तो 'गाण्यासाठी सिच्युएशन कुठे आहेत?' असं विचारतो.
मला मनातल्या मनात हसायला येतं. गाण्यासाठी स्वाभाविकतेनं कथानकाच्या ओघात खरंच सिच्युएशन येते का? आणि मग हलके हलके जी कथा मनापासून आवडली असं सांगत जी मंडळी आलेली असतात, तीच मंडळी कथेमध्ये फेरफार सुचवायला लागतात. आपल्याच कथेतून आपल्याच देखत जेव्हा चार-पाच निरनिराळ्या कथा जन्माला येतात तेव्हा आपण लेखक आहोत की समोरची मंडळी, असा प्रश्न समोर निर्माण करून 'कळवतो' असं म्हणत ती मंडळी निघून जातात.
त्या सर्व मंडळींची पाठ फिरल्याबरोबर मला कळून चुकतं की, सुसूत्र, तर्कशुद्ध, मनाला आणि बुद्धीला सुखवेल अशी कथा पडद्यावर येणं फार फार मुष्कील आहे. ह्या चित्रपटव्यवसायात कोणीही लेखक होऊ शकतो. पटकथा-संवाद ह्या दालनासाठी लेखक नेमायचे ते 'ऑर्डरप्रमाणे माल पुरवणारे' ह्यासाठी.
ह्या मंडळींच्या कथांचा साज, मोहरा, तोंडवळा ठरल्यासारखाच आहे.
पुणे-मुंबईसारख्या शहरांतून चित्रपटात गुंतवलेला पैसा वसूल होत नाही. म्हणजे मग तो खेडोपाडी चालला पाहिजे. पुण्या-मुंबईतून चित्रपटगृहे उपलब्ध होत नाहीत, हा एक निराळाच यक्षप्रश्न. म्हणूनच मग खेडेगाव. म्हणजेच 'ग्रामीण' गरजा पूर्ण होतील, अशी कथा निवडणं – नव्हे – संगीतकार, कॅमेरामन ह्यांच्या सहकार्यानं कथा पाडणं. मग नाच आला, लावण्या आल्या, पाटील आला, जबरदस्ती, सगळंच आलं. ग्रामीण आणि मागासलेल्या जमातीच्या अस्मितेला दुखवायचं नाही, म्हणून मग ती माणसं किती त्यागी, संयमी आणि ग्रेट आहेत, हे दाखवणं आलं.
वास्तविक, माणुसकीचं दर्शन हे सर्व जातीजमातींच्या माणसांत घडतं. कोणताही माणूस मूळचा वाईट नसतोच. मनाचा मोठेपणा, वा चांगुलपणा हा जातीवर कुठे अवलंबून असतो?
हेतु:पुरस्सर रचना व अट्टहास हा कलाकृतीचा हेतू असूच शकत नाही. कला तिच्या अंगभूत मूल्यासहित आविष्कारित व्हायला हवी.
चित्रपट निर्माण होतात ते माणसांचे, माणसांकडून आणि माणसांसाठी. कोणतीही साहित्यकृती आणि त्यापेक्षा कितीतरी पटीनं अधिक चित्रपटकृती ही काहीतरी माणसांच्या संदर्भातच दर्शवू इच्छिते. संगीत, नेपथ्य इ. गोष्टी ह्या पूरक गोष्टी आहेत. हिमालय कितीही उत्तुंग असला, निसर्गदृश्ये कितीही

विलोभनीय असली तरी माणसाच्या अस्तित्वाशिवाय ती पोरकीच असतात. निरनिराळ्या पार्श्वभूमीवर, निरनिराळ्या प्रसंगी अखेर माणसांचेच व्यवहार माणसांशी कसे होतात, ह्याच्या कथा होतात. एवढ्याचसाठी मनुष्यस्वभावाचं सूक्ष्म, वास्तव दर्शन घडल्याशिवाय चित्रपट चिरंजीव होत नाहीत.

कुंकूसारखा चित्रपट आज, रेडिमेड कुंकवाच्या टिकल्यांच्या काळातही रसरशीत वाटतो. जरठ-बाला विवाहाची समस्या उरलेली नसतानाही तो चित्रपट आज तुम्हाला हेलावून सोडतो. संगीत जुनं, पोशाख जुने, तंत्र जुनं; पण मनुष्यस्वभावाचं दर्शन इतकं खोल, भेदक की आजही तो ताजा वाटतो, टवटवीत वाटतो. त्या चित्रपटाचा प्रारंभच त्या चित्रपटाची अखेर ठरवितो; कारण तो दु:खान्त शेवट त्याचा अपरिहार्य परिपोष वाटत जातो. 'असं होता नये' असं म्हणत म्हणत, 'हे असंच होणार आहे,' हेही पटत जातं.

नुसत्याच संकटांच्या मालिकांनी कथा हृदयस्पर्शी होत नाही. 'जानकी' चित्रपट एवढ्यासाठीच अत्यंत पोरकट वाटला. संकटाचंसुद्धा एक तर्कशास्त्र असतं. त्या संकटालाही पुन्हा माणूसच कारणीभूत असतो. निसर्गनिर्मित आपत्ती इथं आता तरी गृहीत धरलेल्या नाहीत. तसंच पाह्यला गेलं तर जेवण संपवून, सुपारी खायच्या आत हार्ट-अ‍ॅटॅकनं माणसं मरू शकतात. प्रत्यक्षात तसं घडतंही; पण त्याची कथा होईल का?

तेवढ्याच प्रसंगाची नाही होणार. म्हणूनच निसर्गनिर्मित आपत्ती सध्या डोळ्यांसमोर नाहीत. म्हणजे पुन्हा माणसाचा विचार आला.

तोच सध्याच्या चित्रपटातून होत नाही. अतिशय पोरकट, वरवरच्या समस्या, खोटी मिजास, तर्कशून्य प्रसंग, ह्याच चाकोरीत आज चित्रपट आहेत.

प्रगती म्हणायची तर एवढीच की, पूर्वी रक्तदान, ब्लड ट्रॅन्स्फ्युझनसारखे प्रसंग सर्रास दिसायचे. त्याऐवजी एका मराठी चित्रपटात चक्क किडनी ट्रान्स्प्लांटेशनचं ऑपरेशन दाखविण्यात आलं. तेही कोल्हापूरला गंगावेसच्या एका इस्पितळात! आता बोला, कोण म्हणतो मराठी चित्रपट प्रगतिपथावर नाही म्हणून?

■

मोहनराव गेले...

मोहन नगरकर गेले. व्यक्तिमत्त्वाला साजेसं नाव लाभणारी माणसं फार मोजकी. मोहन नगरकर अशांपैकी एक. माझ्या डोळ्यांसमोर त्यांची एकोणीसशे बेचाळीसमधली मूर्ती उभी राहिली. त्या मूर्तीत आणि आजच्या मूर्तीत, वाढलेल्या वयाव्यतिरिक्त कोणताच फरक पडलेला नव्हता. फक्त मी त्यांना प्रथम ४१-४२ साली पाह्यलं, म्हणून तो जुना उल्लेख.

'गंमत जंमत' ह्या आकाशवाणीच्या लहान मुलांच्या कार्यक्रमाचे ते प्रमुख. मी तिथं बासरी वाजवायला गेलो होतो. 'बरं का मुलांनो–' असं नगरकरांनी त्यांच्या मिठ्ठास आवाजात हाक मारल्यावर, घरोघरी रेडिओसमोर बसणाऱ्या मुलांना 'ओ' द्यावीशी वाटावी, एवढी ती हाक आर्जवी.

ही पहिली ओळख.

त्यानंतर तीस वर्षांनी साहित्य-सहवासमध्ये ते राहायला आल्यानंतर होणाऱ्या भेटीगाठी; आणि त्याच मिठ्ठास आवाजात गप्पा.

नाव सार्थ करणाऱ्या ह्या लोभस, सौम्य व्यक्तीला मला पोस्टमार्टेम रूममध्ये बघावं लागेल, असं कुणी सांगितलं असतं तर मी त्या माणसाला कोणत्या सायकिॲट्रिस्टकडे पाठवावं, ह्या विचारात पडलो असतो; पण तसंच घडायचं होतं.

जन्माला येणारा प्रत्येकजण जाणारच आहे, हे प्रत्येकाला माहीतच आहे. ते कुणाला चुकलंय? म्हणूनच प्रत्येकजण मरताना कमीतकमी यातना व्हाव्यात, ह्या किमान अपेक्षेपाशी येऊन थांबतो. आपल्या मरणाची विटंबना होणं हे मरणापेक्षा भयानक.

मोहन नगरकरांच्या बाबतीत पहिला विचार हाच आला.

ह्या देशातल्या माणसाला खरंच काय हवंय? म्हणजे, कमीतकमी काय हवंय? मला स्वत:ला मुंबईसारख्या शहरात जगताना, कमीत कमी काय हवंय? तर कामावर जायचं असेल तेव्हा वेळेवर पोहोचणारी लोकल. लोकलमध्ये बसायला जागा हवी, ही अवास्तव मागणी मी कधी करणार नाही. जसं कामावर जायला मिळावं तसंच घरीही पोहोचायला मिळावं. रस्त्यावरून चालायला जागा मिळावी. ऐंशी टक्क्यांच्यावर मार्क मिळविणाऱ्या माझ्या मुलाला, कॉलेजात सहज प्रवेश मिळावा आणि मी ज्या शहरात राहतो तिथं मला मी सुरक्षित आहे असं म्हणता येईल, एवढंच हवंय. बाकी काही नको. पण हे घडेल का?

कोणता पक्ष घडवून आणेल? नाईलाजाने म्हणावे लागेल, कोणताही पक्ष निवडून येवो इतक्या छोट्या अपेक्षाही पुऱ्या होणार नाहीत.

सत्तर-ऐंशी लाख लोकवस्तीचं शहर. त्यांतला एक हायवे. म्हणजे राष्ट्रीय महामार्ग. 'अली यावर जंग' ह्या नावाच्या शोभिवंत पाट्या. ह्या महामार्गावर एक पूल असतो आणि त्याला फक्त कठडा नसतो. एका मिनिटाला एक विमान ज्या विमानतळावरून सुटत असावं, अशा विमानतळाकडे नेणारा हा महामार्ग. त्या महामार्गावरील पुलाला फक्त कठडा नाही.

त्यासाठी एवढा गहजब कशाला? माणसाला आयुष्यात सगळ्या गोष्टी थोड्याच मिळतात? – माणसांनी खरं तर आपल्या अपेक्षाच वाढवून ठेवल्या आहेत. म्हणे राहायला घर हवं. हवं तर घेऊन टाका. दीड लाख रुपयांपासून चार लाख रुपये टाका. म्हणाल तिथे घर मिळेल; पण नाही. नवराबायकोच्या पगाराच्या हप्त्यात म्हणे घराच्या किमती बसल्या पाहिजेत. किती वेडगळ अपेक्षा! तसंच म्हणे पुलाला कठडा पाह्यजे. का, तर गेल्या दहा वर्षांत म्हणे तीस-पस्तीस गाड्या पुलावरून खाडीत गेल्या. आणखीन काय, तर डबल-डेकर बसेस किंवा ट्रेलर बसेस म्हणे पुलाला कठडा नसल्यामुळे, कलानगर किंवा त्या भागात येऊ शकत नाहीत.

न येईनात. काय एवढं बिघडतं? आपल्या देशाला अजून बऱ्याच प्रांतांत प्रगती करायची आहे. ही प्रगती साधण्यासाठी राज्य सरकारनं, महापालिकेनं, रेल्वेनं काही कामं वाटून घेतली आहेत. राष्ट्रीय महामार्ग सरकारच्या मालकीचा असतो म्हणे. इतर रस्त्यांची नासधूस – नव्हे – देखभाल करायची जबाबदारी महापालिकेची. तेव्हा पुलाला कठडा कुणी करायचा हे ठरल्याबरोबर कठडा बांधून टाकू. काय मोठंसं? काय काय करणं जरुरीचं आहे, हे काय सरकारला कळत नाही का? पण सरकारचाही नाईलाज आहे. रेल्वे महापालिकेला विचारीत नाही. हाऊसिंग बोर्डाला कशाचाच पत्ता नसतो.

बॉम्बे गॅस कंपनी सहकार्य देत नाही. टेलिफोनवर तर न बोललेलं बरं. सगळ्यांनी एकत्र येऊन शहराचा विकास करायच्या ऐवजी, लहान मुलांसारख्या ह्या संस्था भांडत बसतात. मग कठडे बांधायचे कधी?

मोहन नगरकरांच्याबाबत लिहिताना मी मधेच शहर सुधारणा, रस्ते, राजकारण ह्यांवर का लिहितोय?

कारण, ह्या अवाढव्य शहरात कोणतीही शिस्त, कोणतेही नियम आणि नागरिकांच्या मूलभूत गरजा पुरविण्याची निकड एकाही सरकारी यंत्रणेला नाही. प्रत्येक माणूस इथं खुर्चीसाठी मरतोय. पैसा आणि सत्ता ह्यांव्यतिरिक्त दुसरा संकेतच इथं दिसत नाही.

मोहन नगरकरांसारख्या सौम्य, सात्त्विक नागरिकाची ही हत्या आहे. ज्या पुलाबद्दल मी लिहिलं, त्याच पुलावरून मोहन नगरकरांची टॅक्सी कोसळली आणि त्यात त्यांचा दुर्दैवी अंत झाला.

अपघाती मरण म्हणजे त्या मृतात्म्याचे धिंडवडे, शरीराची विटंबना आणि नातेवाईक, आप्तेष्टांची ससेहोलपट. कॉरोनरकडे ताटकळणं, बससाठी डोळ्यांत प्राण आणून, बॉडी ताब्यात मिळेतो पळापळ करणं, नाहीतर नोटांमागून नोटा खर्च करायची तयारी ठेवून टॅक्सीनं प्रवास करणं.

'मृतात्म्याला शांती मिळो,' असं फक्त म्हणायचं; पण त्यात काय अर्थ आहे? चार घटका माथा टेकायला जमीन हवी असेल तर लाखो रुपये ह्या शहरात ओतावे लागतात. जिवंतपणी सामान्य माणसाची जी परवड व्हायची ती होतेच; पण मरणही जिथं शांतपणे मिळत नाही तिथं मृतात्मा शांत कसा राहील?

अर्थात ह्या माझ्या तळतळाटाला काही किंमत नाही. हे अरण्यरुदनच आहे. मोहन नगरकर कोण?

तर नभोवाणीवरचा एक सेवानिवृत्त अधिकारी. तो असा पुलाला कठडा नसल्यानं टॅक्सी कोसळून गेला म्हणून लगेच कठड्याचं काम हातात घेतलंच पाहिजे असं मुळीच नाही.

एखाद्या मंत्र्याची गाडी नाही ना कोसळली?

मग ठीक आहे.

बरं, हा एक कठडा बांधला की लगेच वांद्र्याचे नागरिक म्हणणार, आता ड्राइव्ह-इन-थिएटरचं जंक्शन सुधारा. कोणती गाडी कुणीकडून कुणीकडे जाते, हेच कळत नाही.

खरं आहे.

गाडीच कशाला, खरोखरच कोणतंही सरकार वर येवो, कोण कुठं चालला

आहे हे खरंच कळत नाही.
आज मोहन नगरकर मात्र गेले.
ते केव्हातरी जाणारच होते.
पुलाच्या कठड्याचा काही संबंध नाही.

■

प्रिय सादिक, कोहळे...

माणसाला कोणत्या क्षणी काय आठवेल, मनामध्ये कोणता विचार कधी येईल, ह्याचा खरंच भरवसा नाही. आता सकाळची शांत वेळ. नव्या दिवसाचा प्रारंभ. झोप मनासारखी मिळालेली आहे.
वाफाळलेल्या चहाची प्रतीक्षा सुरू आहे.
अशा क्षणी खरं तर, संपूर्ण दिवसाचं प्लॅनिंग डोक्यात सुरू व्हायला हवं. पण आज सकाळी सकाळीच, 'मराठी माणूस सर्वत्र मागं पडतो. तो अन्यायाविरुद्ध खवळत नाही. व्यापारात तर नेहमीच आपटी खातो. त्याला दुकानदारी जमत नाही. त्याच्या अंगात धडाडी नाही,' असेच विचार मनात यायला लागले.
आता हे असले विचार का यावेत, ह्याला काहीही उत्तर नाही.
तेवढ्यात बेल वाजली. मी दार उघडलं. कडीचा पेपर मी काढून घेतला आणि पहिल्याच पानावर चौकटीत छापलेली बातमी पाह्यली.
खूष झालो.
वर्तमानपत्रातली मी पहिली बातमी कुठली वाचतो माहीत आहे का? माझं लक्ष नेहमी चौकटीत छापलेल्या बातमीकडे असते.
तमाम टीकाकारांनी 'चौकटीतला' लेखक ठरवल्यापासून माझं चौकटीवर अमाप प्रेम बसलेलं आहे; म्हणूनच माझं लक्ष चौकटीकडे जास्त असतं.
तर आजच्या चौकटीत चक्क तुमची दोघांची नावं.
चौकटीतल्या बातमीचं शीर्षक, जाड टाईपात छापलेलं. काय? तर 'बंगले सोडत नाहीत. भाडेही भरत नाहीत.' मला वाटलं, कोणातरी सिंधी माणसाचा किंवा मुसलमान माणसाचा हा पराक्रम असावा. सिंधी असेल तर प्रश्नच

मिटला. तो तसंच वागणार आणि तो जर मुसलमान असेल तर बोलायलाच नको. निधर्मी राज्यात त्याला कोण दुखवणार?

पण नाही.

ती नावं चक्क 'भूमानंद कोहळे' आणि 'भीमराव सादिक' ही निघाली.

मन त्या क्षणी अभिमानानं भरून आलं.

नावात काय आहे, असं आपण म्हणतो. त्यात काय अर्थ आहे?

कारण कोहळे आडनावावरून मला नेहमीच 'आवळे' आडनाव आठवायचं. त्यावरून, मराठी म्हण नजरेसमोर यायची. 'आवळा देऊन, कोहळा काढणे' वगैरे वगैरे.

कोहळेसाहेब, तुम्ही तसंच केलंत.

मतदारांनी तुम्हाला त्यांचं एवढंस्सं आवळ्याएवढं मत दिलं. त्यातून कोहळा कसा काढायचा हे तंत्र तुम्ही बरोबर आत्मसात केलंत.

तीच गोष्ट सादिकसाहेबांची.

मी खरं तर चिंतेत पडलो होतो खूप दिवस; कारण सादिकसाहेब आणि कोहळेजी अधिकारपत्रं मिळाल्यानंतर तुम्ही कोणतीच खास कामगिरी केली नाहीत. अभिमानानं नाव घ्यावं अशा योजना राबवल्या नाहीत. असं केलंत तर तुमची कारकीर्द गाजणार कशी, ह्या चिंतेत मी. 'येनकेन प्रकारेण' माणूस गाजला पाहिजे. ह्या बाबतीत आपले चित्रपटवाले ग्रेट. चित्रपटानं कीर्ती मिळवून दिली नाही तर लफडी करतील; पण सतत प्रकाशात राहतील. उदाहरणार्थ, रेखा. तिला अभिनेत्री नाही मानलं तरी तिचं बिघडत नाही. ती अमिताभच्या मागे लागेल. मधेच संजय दत्तशी लग्न करायचं म्हणेल. संजय दत्त त्याच्या बापासारखाच, ठोकळ्यासारखा. मग त्यानं बापाच्या तोंडात मारल्याची बातमी. आपले वर्तमानपत्रवालेही ग्रेट. चवीचवीनं ह्या बातम्या छापतात. घरोघरच्या रिकामटेकड्या बायका असल्या बातम्यांत रस घेतात. निर्लज्जपणाची एवढी जाहिरात दुसऱ्या देशात होत नसेल.

तुम्ही उभयतांनी म्हणूनच एक गोष्ट चांगली केलीत. कोणतंही विधायक कार्य करता येत नाही तर नाही, त्याची खंत न बाळगता जे जमलं ते केलंत.

काळ बदलला हे फार चांगलं झालं.

एक असा वाईट काळ येऊन गेला की, सज्जनांची चलती होती. फक्त सद्‌गुणांना वाव होता. चांगल्या मूल्यांची जोपासना करणारा एक पडता काळ येऊन गेला. ते दिवस लवकर आणि झपाट्यानं मावळले, हे छान झालं. आज जर आपला देश तसल्याच खुळचट कल्पनांच्या मागे धावला असता तर तुम्हाला कधीच चौकट लाभली नसती. वर्तमानपत्रात जर कुणी अशी आपली

अब्रू वेशीवर टांगली तर आततायीपणानं बेअब्रू सहन न होऊन स्वाभिमानापोटी जीव देणारी खूप मूर्ख माणसं होऊन गेली. जनता इतकी विसराळू असते की दुसऱ्या दिवशी तिच्या काहीही लक्षात राहत नाही.
शिक्षणाचा गंध नाही, पत्करलेल्या कामाची माहिती नाही, नीतिमत्ता हा शब्दही कानांवरून गेलेला नाही, अशा राज्यकर्त्यांचा नंगानाच पाहायची जनतेला सवय झाल्यावर, बेअब्रू झाल्यावर जीव कशाला द्यायचा?
अर्थात तुम्हाला हा प्रश्न विचारीत असताना मी तोच वेडेपणा करतोय. एका वरिष्ठ अधिकाऱ्यानं केलेला अपमान सहन न होऊन दीड वर्ष बिनपगारी रजा घेऊन घरी बसलोय. अनेकांनी माझी समजूत घातली; पण ती मनाला पटतच नाही. मी सध्या अत्यंत निराश मनानं वावरतोय. न्याय मिळेल ह्याची वाट बघतोय.
पण, चौकटीत तुमची नावं वाचली आणि अकारण धीर आला. आता कदाचित कामावर जाईनही.
पूर्वी माणसं खुर्च्या सोडत नव्हती.
आता अख्खे बंगले सोडत नाहीत.
तुम्ही मुळीच भाडी भरू नका. बावन्न हजार किंवा सव्वीस हजार ह्या रकमा काहीच नव्हेत. आज देशात कोट्यवधी माणसं, लाखो झोपड्या बांधून तिथं फुकट राहताहेत. त्यांनीच तुमच्यासारख्यांना निवडून दिलंय. मतदारांच्या पावलावर पाऊल ठेवून राहणारे मंत्री विरळा. तुमचे मतदार जर भाडं भरत नाहीत तर तुम्ही का भरावे? तुमच्या मतदाराची झोपडी आठ स्क्वेअर फूट असेल तर तुमची झोपडी आठ हजारांची. त्यानं काय बिघडतं?
तेव्हा एकच विनंती.
भाडी मुळीच भरू नका.
आमच्यासारखा नोकरी करणारा वर्ग आहे तो सगळ्यांची भाडी भरतोच आहे. लाखो झोपड्यांचं भाडं आम्हीच भरत आहोत. स्मगलर्सच्या मोजता न येणाऱ्या प्रॉपर्टीवरचा टॅक्स आम्हीच भरत आहोत. भरल्या गाड्याला सुपाचं ओझं नसतं. एवढ्या सगळ्या महागाईत, टॅक्सेसमधे तुमच्या दोघांच्या झोपड्यांचं भाडं आम्ही सहज भरू शकतो.

तुमचा,
वपु काळे

■

साहित्याचे माझ्या जीवनातील स्थान

'**सा**हित्याचे माझ्या जीवनातील स्थान,' ह्या विषयावर खरे तर, एकोणीसशे साठ ते एकाहत्तर ह्या अकरा वर्षांत विचार करायला सवडच मिळाली नाही. माझा 'लोंबकळणारी माणसं' हा पहिला कथासंग्रह साठ साली प्रकाशित झाला. त्यानंतरची अकरा वर्षं मला स्वत:लाच मराठी साहित्यात स्थान आहे की नाही, हे शोधण्यात गेली.

टीकाकारांनी तोपर्यंत मला सदाशिव पेठ बहाल केली होती; वडिलांचा डेक्कन जिमखान्यावर बंगला होता; म्हणून मी सदाशिव पेठेला मुळीच बिचकलो नाही. लिहीत होतो ते छापलं जातं, त्याचीच नशा उतरली नव्हती. पहिला कथासंग्रह प्रकाशित झाला होता. मी मोठा झालो होतोच आणि त्याहीपेक्षा मोठेपण मिळालं ते पानशेतच्या पुरामुळे. माझी सगळी पुस्तकं पानशेतच्या पुरात वाहून गेल्याचं मला प्रकाशकांनी सांगितलं.

त्या क्षणी मला, मी तुकाराम झाल्याचा साक्षात्कार झाला. खूप दिवस मी मग मुळा-मुठेच्या काठावर जाता-येता थांबत असे. माझ्या पुस्तकाच्या अकराशे प्रती घेऊन मुळा-मुठा काठावर उभी आहे, असे भास मला व्हायला लागले; पण माझी अकराशेच्या अकराशे लोंबकळणारी माणसे जी बुडाली ती बुडालीच.

दुसऱ्या संग्रहाचं नाव 'बुडालेली माणसं' ठेवावं असं मला काही मित्रांनी सुचवलं. एकदा 'बुडालो' की मग ह्या माणसाचं तिसरं पुस्तक वाचायला नको, हा त्या मित्रांचा विचार; पण तसं घडलं नाही. पुस्तकं दर वर्षी प्रकाशित होत राहिली.

मी तरलो.

तरलो म्हणून मग अनेक शब्दांचे साहित्यिक अर्थ समजू लागले. *(खरं तर 'गवसू' लागले म्हणायला हवं होतं.)* 'गदिमा' हे गीतकार आणि बाकीचे सगळे कविवर्य, ह्याचा शोध लागला. त्याचप्रमाणे इतर लेखक हे 'कथाकार' आणि मी आपला 'गोष्टी सांगणारा वपु' हा सारस्वती भेद पण समजायला लागला. तरीसुद्धा आपण ह्यांपैकी नक्की कोण, हा घोळ होताच.

कारण, कथाकार कुणाला म्हणायचं आणि गोष्टीवाले कोण हे ज्यांना माहीत होतं ते त्यांतला फरक सांगेनात, आणि दिवाळी अंकासाठी किंवा विशेषांकासाठी लेखन हवं असलं म्हणजे हीच थोर मंडळी मला 'एक फर्मास कथा पाठवून द्या' म्हणून पत्र पाठवीत असत.

त्यामुळे शेवटपर्यंत, मी पाठवतोय ती कथा आहे की गोष्ट, ह्याचा उलगडा होत नव्हता.

हा गोंधळ तब्बल अकरा वर्षांनी दूर झाला.

एकाहत्तर साली 'साहित्यसहवास' ह्या सरकारमान्य लेखक – नव्हे, साहित्यिकांच्या सोसायटीत जागा मिळाली.

आपण शंभर टक्के साहित्यिक आहोत ह्याचा शोध लागला. सुरेश भटांच्या भाषेत 'मीच मजला गवसलो,' असं काहीसं झालं.

मी लेखकाचा साहित्यिक झालो. त्याबरोबर मी गोष्टी लिहीत होतो त्या कथाच आहेत, असंही ध्यानात आलं.

माझ्या गोष्टी सांगण्याच्या कार्यक्रमाचं 'कथाकथन' हे नाव रूढ झाल्यानं तर मी कथाकारच आहे, हे निश्चित झालं.

'मी कोण?' हे समजण्यासाठी तर माणसाचा अट्टहास. जन्माला येताच 'कोऽहं' टाहो फोडायचा तो कशासाठी? स्वस्वरूप जाणण्यासाठी.

ते समजल्यावर मी निश्चिंत झालो.

बिचारे गदिमा! आपण गीतकार की कवी? ह्या प्रश्नाचं शल्य घेऊनच गेले. मला मी साहित्यिक आहे, कथाकार आहे, हे लवकर समजल्यानं चाळिशीनंतरचं आयुष्य सुखावह झालं आणि आता, साहित्याचं माझ्या जीवनात स्थान, ह्या विषयावर लेख मागितल्यावर, भाडेकरूनं बंगला बांधून मालकाला तिथं भाडेकरी म्हणून जावं लागलं, तसं झाल्यासारखं वाटलं; पण तसं झाल्यावर आनंद होण्याऐवजी मी विचारातच जास्त पडलो.

'भाडेकरू' हा प्रकार पूर्णांशानं कधी समजलाय का? त्याप्रमाणेच, साहित्याचं माझ्या जीवनात स्थान म्हणजे नक्की काय, ह्याचाही पत्ता लागेना.

साहित्यानं माझ्या जीवनातला फार मोठा कप्पा अडवला आहे का? ह्याच्यावर मी नव्यानं अणि प्रथमच विचार करू लागलो. तोही ह्याच लेखाच्या निमित्तानं.

लहानपणापासूनच मी 'पुस्तकातला किडा' वगैरे मुळीच परिस्थिती नव्हती. घरात केवळ नाटकांची काही पुस्तकं होती, त्यात मन कधीच रमलं नाही. मुंज झाली तेव्हा काही पुस्तकं घरात आली. त्या काळात कोणाच्याही घरी 'मुंज' म्हटलं की 'बटू'वर, चमनगोटा केलेल्या बटूवर अक्षतांच्या पाठोपाठ वर्षाव करायचा तो पुस्तकांचा, 'वेदातील गोष्टी' ह्या पुस्तकाबरोबरच 'सुखाचा मूलमंत्र' ह्यासारखं पुस्तक 'कम्पलसरी' होतं. 'श्यामची आई'सारखं पुस्तक वाचायला लावलं जायचं ते केवळ 'श्याम कसा होता बघ, नाहीतर तू!' ह्यासारख्या कानपिचक्या वडीलधाऱ्यांना देता याव्यात म्हणून. साधं वर्तमानपत्र घेणं ही चैनीची बाब वाटावी अशी बेतासबात परिस्थिती. मग मासिकं तर दूरच. आणि दिवाळी अंक म्हणून गावात एक वस्तू असते, ह्याचा तर पत्ताच नव्हता.

अशा पद्धतीनं आणि परिस्थितीमुळं, साहित्यापासून चार हात लांब राहाण्यात मी वयाच्या एकविसाव्या वर्षांपर्यंत यशस्वी ठरलो.

वाचनात प्रथम जे लेखक आले ते य. गो. जोशी. मग ठोकळ. महादेवशास्त्री जोशी. स. आ. जोगळेकरांची 'अहिल्या.' केव्हातरी, वि. मा. दी. पटवर्धनांची 'रत्ना.' त्यानंतर दत्त रघुनाथ कवठेकरांच्या कादंबऱ्या. मग वि. वि. बोकील, फडके, खांडेकर, पु. भा. भावे, वगैरे मंडळी त्या मानानं खूपच उशिरा आयुष्यात आली. अ. वा. वर्टींची 'टाल डुप्पो, वांगिमाडू कथा खूप दिवस आवडत होती आणि आजही ती मागे रेंगाळली आहे.

अर्थात हे सगळं फुटकळ वाचन.

चेहऱ्यावरूनच आपण ज्यांना ओळखतो अशा सर्व मंडळींना आपण 'कसं काय चाललंय?' हे जसं विचारतो, तितपतच केलेली ही साहित्याची विचारपूस. जिवाभावाचा मित्र भेटला नाही तर जीव जसा कासावीस होतो, तशा स्वरूपाची ही साहित्याशी गट्टी जमलेली नव्हती.

आणि तशी ती गट्टी आजही जमलेली आहे, असं मला वाटत नाही. लेखन ह्या प्रकाराबद्दल जसा मी कायम कुठंतरी खोलवर उदास असतो, त्याप्रमाणे आजवर जे काय लिहिलं गेलं त्याबाबतही फारसा संतुष्ट नाही. लेखन आजही अपघात वाटतो. अपघाताचं आपल्या जीवनात जितपत स्थान असतं तितपतच लेखनाचं वा साहित्याचं माझ्या जीवनात स्थान आहे. असं मी का म्हणतो त्याला निश्चित कारण आहे. साहित्य म्हणजे केवळ माझ्या लेखणीतून उतरलं ते, इतक्याचपुरता हा विषय नाही. ह्याची कल्पना आहे, म्हणून हे विधान.

साहित्याचा मी जाणिवेनं पाठपुरावा केलेला नाही. निसर्गतःच ज्याला श्रवणीय

गळा लाभलेला आहे, पण तरीही जो संगीताचा व्यासंग करीत नाही, अशा माणसाचं गाणं, ट्रिपला गेल्यावर चार गाणी सुरात गाऊन टाळ्या मिटण्यापुरतं राहतं, तसं माझं झालं आहे. गाणं ऐकणारी माणसं मग त्याला विचारतात, 'तुझ्याजवळ स्वर आहे, तालाची जाण आहे, मग तू नेटानं गाणं वाढवलं का नाहीस?'

ह्यावर तो गृहस्थ नुसता हसतो.

अशी जी काही मंडळी असतात त्यांतला मी. आम्हाला मुळात सहलीची आवड. सहल म्हटलं की प्रवास आला, चुकामूक आली, कुणाचं तरी पाकीट हरवणं आलं, टिफिनचा डबा घरीच विसरणं आलं, खूप मित्रमैत्रिणी, चेष्टामस्करी, चिडाचीड, समजूत-सांत्वन, गाणीबजावणी, निसर्ग, वाटेत सहलीला निघालेला दुसरा एखादा ग्रूप भेटून त्यांच्याशी दिलजमाई होणं आणि शंभरदा गळ घालूनही, हवीहवीशी व्यक्ती ऐन वेळी सहलीला न येणं, हे माझं आयुष्य.

साहित्याकडे मी सहलीसारखंच पाह्यलं.

इतर लेखकांचं वाचणं, त्यांनी केलेल्या प्रयोगांवर विचार करणं, सतत हातात पुस्तक असणं, सभांना, भाषणांना आवर्जून जाणं, ह्यांतले कोणतेही प्रकार मला जमले नाहीत. जाणीवपूर्वक साहित्यविचार वाढवणं कधी साधलं नाही. टीकाकारांच्या नजरेतून चांगल्या साहित्याच्या कसोटीला कोणतं लेखन उतरतं, तेच विशिष्ट प्रकारचं लेखन श्रेष्ठ का समजलं जातं, ही दृष्टी मला आली नाही. संतवाङ्मयाचा अभ्यास मला साधला नाही. केलेल्या सहली खरं तर इतक्या वरवरच्या ठरल्या की 'साहित्य सोनियाच्या खाणी'पर्यंत मी पोहोचलोच नाही.

ही शोकांतिका मातृभाषेतील साहित्याबद्दल. समकालीनांचंसुद्धा सगळं वाचून झालं नाही.

मग 'वाघिणीच्या दुधाचं' काय?

ती गाडी तर कायमची चुकलेली. मोपाँसा, वुडहाऊस, ओ' हेन्री, डिकन्स, शेक्सपिअर, मोलियरपासून पेरी मॅसन, ऑर्थर हेली, वगैरे वगैरे मंडळी, एअरकंडिशण्ड फर्स्टक्लासच्या डब्याप्रमाणे मी लांबूनच पाहिली.

माझ्या जीवनातला सत्तर-ऐंशी टक्के भाग चालत्या-बोलत्या साहित्यानं, म्हणजे माणसांनीच व्यापलेला आहे. संपूर्ण दिवसातला चौदा ते सोळा तासांचा कालावधी, नोकरी, नोकरीसाठी आऊटडोअर, इमारती, आराखडे, कंत्राटदार आणि मग मित्रमंडळी ह्यांत संपून जातो. गप्पांचं नको इतकं वेड. केवळ गप्पागोष्टी आणि मित्रमंडळी ह्या व्यसनापायी 'सिरोसिस ऑफ

लिव्हर'सारखी व्याधी जडत नाही म्हणून. नाहीतर केव्हाच घरात तसबीर लागली असती.

साहित्यावर मी सहलीसारखंच प्रेम केलं; म्हणूनच सहलीइतकंच साहित्याचं स्थान माझ्या आयुष्यात आहे. सहलीवर आपलं तुफान प्रेम असलं तरी सहल हेच जसं आपलं जीवन होऊ शकत नाही, तसंच साहित्याचं आणि माझं झालं आहे.

सहलीचं मला सतत खुणावणं चालू असतं, आणि जाणं अगदी केव्हातरी साधतं.

■

जिचकार हे सांगते तर?

महिलांची मंगळसूत्रं लोकलच्या प्रवासात खेचली जातात. ह्या कारवायांवर आळा घालण्यासाठी एकूण चारशेवीस (३०० + १२०) पोलिसांना प्रशिक्षण देण्यासाठी तयार करण्यात येत आहे; ही बातमी वाचून मी मनसोक्त हसलो आणि बेचैन पण झालो. *(गृहखात्याचे राज्यमंत्री डॉ. जिचकारांची माहिती. म. टा. २७-३-८२)* ह्या योजनेनुसार शिक्षण दिलं जाईल म्हणजे काय? प्रत्येक विषयाची स्वतंत्र पीएच. डी. असते; त्याप्रमाणे मंगळसूत्र चोऱ्यांविरोधी खास पीएच. डी. आहे काय? असावी.

म्हणजे उद्या हातातल्या पाटल्या गेल्या आणि स्त्रियांच्या डब्यात त्या वेळी 'मंगळसूत्र' पीएच. डी.वाला शिपाई असेल, तर तो कानांवर हात ठेवू शकेल. प्रशिक्षणासाठी पाठवायच्या शिपायांची संख्याही चारशेवीस आहे.

सराफाकडची चोरी

ह्या प्रकारच्या बातम्यांनी आणि उपाययोजनांनी, खरोखर हसावं की रडावं हे कळत नाही. समाजात वावरणाऱ्या व्यक्तींना काही ठाम वैचारिक भूमिका आहे की नाही, हेच कळत नाही.

स्वत:च्या वैयक्तिक दागिन्यांची आणि ते सांभाळण्याची जबाबदारी सरकारवर कशी काय टाकता येते, हे समजूच शकत नाही. मुळातच दागिन्यांचा हा सोस कशासाठी? मंगळसूत्र कशासाठी? नवऱ्याबद्दलच्या भावना, दागिन्यांतूनच व्यक्त व्हायला हव्यात का? एकीकडे मारे मंगळसूत्र घालायचं आणि नवऱ्याच्या तऱ्हेवाईकपणाच्या हकीकती ऑफिसातल्या मैत्रिणींना वा मित्राला सांगायच्या; ह्या विसंगतीचा कुणी विचार केला आहे का? नवऱ्याबद्दलच्या ह्या मानसिक व्यथा इतरांना सांगताना, मंगळसूत्रामागचा संकेत जातो कुठे? मग तो

केवळ एक उपचार राहतो. चार मामुली वा मिरवण्यायोग्य दागिन्यांप्रमाणं मंगळसूत्र हा निव्वळ एक दागिना उरतो. असं असेल तर ह्या दागिन्याचं प्रयोजन काय?

वेगवेगळ्या फॅशन्सची मंगळसूत्रं करवून घेण्यासाठी आज भगिनीवर्गात चढाओढ लागलेली आहे. परवडत नाही, महागाई किती आहे असं म्हणता म्हणता, सराफाच्या दुकानात पाय ठेवायला जागा नसते. पहिलं मंगळसूत्र मोडून, नवीन फॅशनचं करवून घेताना, सराफ-सोनार मंडळी आपल्याला कितीला लुबाडतात, हे तर बापजन्मी तुम्हाला कळणार नाही. प्रत्येक व्यवहाराच्या वेळी चोख सोनं घेऊनही तुम्ही ते विकायला गेलात वा त्यातच थोडी भर घालून नवा दागिना बनवायला निघालात की तुमचं पहिलं सोनं कधीही शुद्ध नसतं. ह्यावर वाद घालायचा नाही. सराफाचं दुकान आणि लोकलमधला गुंड ह्यांत फरक इतकाच की, पहिल्या ठिकाणी तुम्ही आपणहोऊन मंगळसूत्र काढून देता आणि दुसऱ्या ठिकाणी ते खेचलं जातं.

खोट्याचासुद्धा लोभ नको

स्त्रीचं पाऊल जेव्हा ओसरीच्या बाहेरही पडत नव्हतं त्या काळात तिची आणि तिच्या दागदागिन्यांची जबाबदारी सरकारवर सोपविण्याची पाळी येत नव्हती. काळ किती बदलला आहे, हे आता कुणीच कुणाला सांगायची आवश्यकता उरलेली नाही. तरीही दागिन्यांच्या बाबतीत काहीही वैचारिक क्रांती स्त्रीवर्गात झालेली नाही, हा अतीव खेदाचा आणि दुर्दैवाचा भाग आहे. मिरवण्याची, नटण्या-मुरडण्याची हौस भागविताना स्वत:च्या जिवाला आणि अस्तित्वालाच धोका आहे, इतका साधा विचार एकाही स्त्रीला सुचू नये का?

खोटी मंगळसूत्रं आणि काही अन्य खोटे दागिने प्रवासापुरते वापरणाऱ्या भगिनी असतील, नाही असं नाही. पण त्यांचं प्रमाण किती?... खोटे दागिने वापरले ह्याच कारणास्तव एक-दोन भगिनींना गुंडांनी ठोकून काढल्याच्या वार्ताही कानांवर आल्या होत्या.

हे सगळं पाह्यलं – ऐकलं की वाटतं, न सुटणारं व्यसन, भले ते मग दारूचं असो वा नटण्यामुरडण्याचं असो, ते सगळंच घातक. उपाययोजना व्हायला हवी ती वृत्तीवरच. शाळा, कॉलेज, वनिता-भगिनी मंडळं, ह्या प्रत्येक स्तरावर, प्रत्येक माध्यमातून, विचारसरणीवरच वेगळे संस्कार व्हायला हवेत. बुद्धिमत्ता, विद्वत्ता, एखादी निसर्गदत्त कला, कोणत्याही विषयातलं प्रावीण्य आणि जन्माला घालतानाच विधात्यानं जेवढं सौंदर्य दिलं असेल त्याची जाणीव – हेच अलंकार वाटायला हवेत. संसारासाठी द्रव्यार्जन करता यावं. परिस्थितीला यशस्वीपणे सामोरं जाता यावं म्हणून आर्थिक भार उचलणारी 'स्त्री' हाच एक

चालता-बोलता मौल्यवान दागिना आहे, अशी अस्मिता स्त्रीवर्गात जागी होईल का? ...तशी जाणीव आणि जाग यावी, ह्याचं शिक्षण कुठं दिलं जाईल का? अर्थात अशा शिक्षणासाठी सरकारकडून काही केलं जावं, ही अपेक्षा ठेवून उपयोग नाही. पुराव्यानिशी आणि कोर्टातही गुन्हा सिद्ध झाला तरी शिक्षेची अंमलबजावणी होत नाही. दयेचा अर्ज करायची सवलत आणि वेळ कोणत्याही गुन्हेगाराला मिळू शकते तिथं इतर प्रतिबंधक उपायांसाठी सरकारकडे मुळीच बघू नये आणि पाहिलं तरी उपयोग काय? आपणच त्यापूर्वी स्वयंसिद्ध का व्हायचं नाही? केवळ प्रतिष्ठेचं प्रदर्शन करण्यासाठी दागदागिन्यांचा हव्यास बाळगायचा आणि संरक्षणासाठी हात पसरायचे; ह्या भूमिकेतच बदल व्हायला नको का? गुन्हेगारीला उत्तेजन देणारे तुम्ही-आम्हीच आहोत.
महापुरासारख्या गर्दीनं ठेच भरून वाहणाऱ्या लोकलमधून सगळ्या अवयवांसकट मुक्काम गाठणं जिथं मुष्कील झालं आहे, तिथं दागिन्यांसकट सुखरूप पोहोचण्याची अपेक्षा बाळगणंच वेडगळपणाचं आहे. त्यात बायकांची राहण्याची पद्धत आणि फॅशनच्या तऱ्हा उद्दीपक. बघणाऱ्याची नजर चळावी वा फिरावी अशी एकेक स्त्री म्हणजे चालतीबोलती शोकेस वाटावी असं राहणं. ह्या सर्वांचा विचार भगिनीवर्गानंच करायला हवा आहे. डॉ. जिचकार, गृहखात्याच्या राज्यमंत्र्यांचे चारशेवीस पोलीस तुमचं रक्षण मुळीच करू शकणार नाहीत. डॉ. जिचकारांनीच हे महिलावर्गाला ठणठणीतपणे सांगितलं असतं तर?

■

फिनिक्स

रात्रीचा दीड. ॲम्बॅसॅडर गाडी. गाडीत ग. वा. बेहेरे, अस्मादिक, आमच्या सौ. आणि गाडीचा मालक.

मुंबईतली रात्र. निर्मनुष्य रस्ते. ह्या शहरात, ह्या रस्त्यावरून वेगाने गाडी चालवण्याचे क्षण लाभू शकतात, ह्याचाच आनंद.

''पान खाणार?''

कुणीतरी ''चालेल'' म्हणतं.

गाडी परत उलट्या दिशेला वळते. 'ओबेरॉय'पाशी थांबते.

''फार मागं यावं लागलं हो.'' असं 'चालेल' म्हणणारा म्हणतो.

''पान खायचं तर इथलंच.'' गाडीचा मालक म्हणतो.

पानाच्या बाबतीत प्रत्येकाचं 'बायबल' स्वतंत्र असतं. अगदी 'हर गाडीची न्यारी शिट्टी' म्हणतात तसं.

पान जमतं. प्रत्येकाचं आय. एस. आय. स्पेसिफिकेशनप्रमाणे. गाडी पुन्हा वेग घेते. क्वीन्स नेकलेसच्या प्रत्येक मोत्याला स्पर्श करीत सरकते. मग मालक विचारतात,

''काही ऐकणार का?''

पुन्हा एक आवाज, ''चालेल.''

डॅशबोर्डमधला एक चोरकप्पा उघडला जातो नि भरदार आवाजानं ॲम्बॅसॅडर भरून जाते.

आवाज विलक्षण तयारीचा. राग परिचयाचा; पण आवाज नवखा. मग गायकाच्या नावासाठी भेंड्या सुरू होतात. तोपर्यंत 'साहित्यसहवासा'ची वेस येते. गाडीतून उतरताना मालक सांगतात, ''ह्या गायकाचं नाव श्रीकांत बाकरे.''

डोंबिवलीला जाणारी लोकल. वेळ रात्रीची. बहुधा ही लोकल शेवटची. दादर स्टेशनच्या आसपास गाडी असावी. एका कुटुंबवत्सल गृहस्थानं खिशात हात घातला. होते-नव्हते तेवढे पैसे बाहेर काढले. मोजले. हिशेबापेक्षा दहा रुपये जास्त निघाले. असं कसं होईल? पुन:पुन्हा विचार केला. मग त्याच्या ध्यानात आलं, आपण हॉटेलवाल्याचे पैसे द्यायला विसरलो. बायको-मुलांसहित तो दादरला उतरला. उलट बोरीबंदरला आला. त्यानं जे काही खाल्लं होतं त्याचे पैसे हॉटेलच्या मालकाला दिले. जे काय घडलं ते सांगितलं आणि मग तो गृहस्थ म्हणाला,

''माझ्याजवळ आता परतीच्या प्रवासासाठी पैसे नाहीत. दहा रुपये उसने द्या.''

मालक म्हणाला,

''लहान मुलांना आणि बायकोला घेऊन अपरात्री प्रवास करूच नका. माझ्याकडे मुक्कामाला चला.''

त्या सर्व पाहुण्यांबरोबर हॉटेल बंद करून मालक आपल्या घरी गेले. पाहुणे स्वत:चं घर समजून एक रात्र तिथं राह्यले.

अनेक हातांपैकी तो एक हात. 'अनेक' म्हणजे काउंटरपाशी आत्ता असलेल्या पन्नास-साठ हातांपैकी तो एक हात. उभ्या-उभ्यानं खाणाऱ्या माणसाच्या हातांच्या हालचाली ठराविक पद्धतीनं होत असतात. फक्त त्या सैन्यातल्या कवायतीप्रमाणे एकाच वेळी होत नाहीत. काही वर्षं युद्धभूमीवर, सैन्यात घालवलेल्या त्या जवानाचं लक्ष त्या विविध हातांकडे जात होतं. अनेक हातांवरून पुन:पुन्हा त्या एकाच हाताकडे वळत होतं.

वर्णानं तो हात काळा होता. दुसरा हात काउंटरच्या बॉर्डरवर टेकलेला होता. त्या हातात इवलासा रुमाल होता. ते दोन्ही हात जरी वर्णानं काळे होते, तरीही त्या काळेपणाला एक झळाळी होती. काळेपणाचा शाप मिळालेली व्यक्ती कितीही नीटनेटकी, स्वच्छ राह्यली तरीही ती जन्मभर पारोशी वाटत राहते. अशी व्यक्ती बाथरूममधून जरी बाहेर आली, तिच्याभोवती साबणाचा सुगंध दरवळत जरी असला, तरीही ती व्यक्ती आंघोळ न करता बाहेर आली आहे, असं वाटतं. ह्या उलट गोरी माणसं. येतानाच आंघोळीचं कन्सेशन घेऊन आलेली.

पण हे काळे हात निराळेच. गोऱ्या हातांनाही, हात टेकायला लावतील अशी त्यांची शान. 'कांती' हे विशेषण शोभावं इतकं मुलायम. त्या हातात चमकणाऱ्या सोन्याच्या बांगड्या.

तिची घास घेण्याची पद्धत खानदानी होती. शक्यतो ती खाताना बोटे कोरडी ठेवण्याचा प्रयत्न करीत होती; पण त्याबद्दल तिचा अट्टहास नव्हता; कारण जेव्हा जेव्हा ती बोटं ओली होत होती तेव्हा तेव्हा क्रमाक्रमानं एकेक बोट ती चाटत पण होती. जवान तिच्या *(हातचाळी)* हालचाली बारकाईनं न्याहाळत होता. काउंटरवरची सगळीच गिऱ्हाइकं बोटं चाटत होती; पण जवानाला वाटलं, अशी बोटं चाटण्याचा अधिकार फक्त ह्या एकाच 'स्त्री'ला आहे.
त्या बाईच्या यजमानांचा परिचय होतो. घरी येण्याचा आग्रह होतो. केव्हातरी जवान त्या घरी जातो ते कॅमेऱ्यासहित. "ह्या हाताची छायाचित्रं घेण्याची इच्छा आहे."
यजमान मोकळेपणे सांगतात,
"ते हात तसेच आहेत. ते हात चविष्ट पाकसिद्धी करतात. ते हात मुलायमपणे थोपटतात. त्या हातांना प्रेमानं गोंजारण्याची कला अवगत आहे."
जवान त्या हातांची छात्राचित्रं घेतो.
ह्या हकीकती आहेत आप्पा दांडेकरांच्या, म्हणजेच एका पाव-भाजीवाल्याच्या आयुष्यातल्या.
आज बृहन्मुंबईत बाराशेच्या वर पावभाजीचे स्टॉल्स आहेत. मुंबईसारख्या शहरात कोणत्या गोष्टीची लाट उसळेल, हे सांगता येणार नाही. ओहोटी माहीत नसलेलं हे शहर सध्या पाव-भाजी, भाव खाऊन आहे. मग बाराशेच्या वर स्टॉल्स असताना अप्पा दांडेकरांच्या स्टॉलचं वैशिष्ट्य कशात आहे? गमतीनं सांगायचं झाल्यास, बोरीबंदर स्टेशनचा पत्ता विचारला तर, 'जय जवान पावभाजी स्टॉलच्या बरोबर समोर,' असं ज्या स्टॉलबद्दल सांगितलं जातं, तो दांडेकरांचा स्टॉल सांगता येईल आणि गंभीरपणे सांगायचं झाल्यास, 'जो स्टॉल आतापर्यंत महापालिकेनं तीन वेळा जमीनदोस्त करूनही जो फिनिक्स पक्ष्याप्रमाणे पुन्हा उभा राह्यला तो स्टॉल,' असं सांगता येईल. विश्वास बसणार नाही; पण खरोखरच हा स्टॉल आजवर तीन वेळा पाडला गेला. इतर फेरीवाल्यांचे धंदे राजरोसपणे चाललेले असताना एकाच स्टॉलच्या बाबतीत महापालिकेला एकदम 'शिस्त', 'कायदा' ह्याचा उमाळा का येतो? एकाच व्यक्तीच्या बाबतीत कडक धोरण का स्वीकारलं जातं? सगळी माणसं थोड्याफार प्रमाणात सगळे नियम धाब्यावर बसवून, बेजबाबदारपणे वागत असताना, एखाद्यालाच का टिपलं जातं? ह्या प्रश्नांची उत्तरं मिळाली तर विश्वाचं कोडं सुटावं.
आप्पा दांडेकरचं नाव न सांगता हे लिखाण करावं असा एक अकारण प्रयत्न होता. जरा काळ 'सस्पेन्स' म्हणून. एवढ्यासाठीच, 'मालक, तो जवान,'

इत्यादी पळवाटा शोधल्या; पण ते काही खरं नाही. संपादक जाड टाईपात छापणार, 'झुंजार पावभाजीवाला, अप्पा दांडेकर.' तेव्हा गनिमी कावा उपयोगाचा नाही आणि तो अप्पा दांडेकरांसारख्या 'जवानाला' रुचणार पण नाही.

'तरुण' ह्या अर्थानं मी अप्पाला 'जवान' म्हणत नाही. ह्या प्राण्याला खरोखरच 'कमिशन' मिळालं होतं. तसं हे काम गुंतागुंतीचं. भाजीच्या रसायनात काय घातलंय ह्याचा जसा पत्ता लागणार नाही, त्याप्रमाणे अप्पाला घडवतानाही त्या 'स्टॉलवाल्यानं' काय काय घातलंय, हे कळत नाही.

अप्पा बडोद्याच्या कॉलेजातून 'टेक्स्टाइल'ची पदवी मिळवून बाहेर पडला. त्यात रमला नाही म्हणून तो सैन्यात भरती झाला. पाकिस्तानच्या संग्रामात गोळी लागून जायबंदी झाला. मग सिव्हिल डिफेन्सच्या अग्निशामक दलात सामील झाला. आगी विझवण्याच्या कामात रमू लागला. दरम्यान लग्न वगैरे. मग बायको आर्ट्स ग्रॅज्युएट झाली म्हणून स्वत: बी. ए. झाला. बी. ए.नंतर कायद्याचा अभ्यास करून, त्याचाही पदवीधर झाला आणि सध्या पावभाजीचा स्टॉल टाकून काहीसा स्थिर झाला.

'काहीसा स्थिर' हेच खरं.

पण तो कायम अस्थिर आहे, अस्वस्थ आहे. त्याच्या ह्या धंद्याचा व्याप मोठा आहे. पत्रावळी मिळविण्यापासून त्याला झगडा द्यावा लागतो. आकडेवारीत सांगायचं झालं तर, रोज पंचाहत्तर किलो अमूल बटर लागतं आणि रोजचा मसाला किमान दोनशे रुपयांचा लागतो. दरदिवशी पंधराशे प्लेट्स भाजी बनवावी लागते.

कौतुक ह्या आकडेवारीचं नाही.

हा सरळ सरळ धंदा आहे.

कौतुक आहे ते, धंद्याव्यतिरिक्त जो अप्पा भेटतो त्याचं. त्याच्या आतापर्यंतच्या जडणघडणीच्या विसंगतीत एक संगती सापडते, त्याचं कौतुक.

ही संगती कोणती?

जो आजही लढवय्या शिपाईच आहे. पूर्वी मिलिटरीत असताना, ओळखू येणाऱ्या शत्रूशी सामना करीत होता. हल्ली हेच युद्ध, ओळखू न येणाऱ्या शत्रूबरोबर, म्हणजे राजकारणी लोकांशी, हात धुवून मागं लागलेल्या पालिकेशी करावं लागत आहे. त्यानंतर तो अग्निशामक दलात, आगी विझवत होता. तर आजही तो हजारो नागरिकांचा जठराग्नी, अक्षरश: लोण्याचा मारा करून शमवतोय्. विंदा करंदीकर आणि श्रीपु भागवतांची रसपूर्ण लेक्चर्स त्यानं ऐकली. काव्यातलं सौंदर्य आज तो काळ्या हातात; श्रीकांत बाकरेच्या संगीतात

शोधतो आहे. हीच सौंदर्यदृष्टी त्याच्या पावभाजीच्या प्लेटमध्ये पण दिसते.
एके दिवशी मलाच प्लेट देताना तो म्हणाला,

''वपु, भाजीचा हा लालसर-मातट रंग, त्यात हिरवा वाटाणा आणि वर
पेरलेली हिरवीगार कोथिंबीर, त्या कोथिंबिरीवर, 'कॅडमियम यलो' रंगाची अमूल
बटरची एक वडी, ब्राऊन रंगाचा ब्रेड आणि कांद्याची पांढरी स्वच्छ आडवी
पात. कसं वाटतं?''

मी बोलणार एवढ्यात तो म्हणाला,

''ह्या कलर स्कीममध्ये पत्रावळीऐवजी केळीच्या पानाची हिरवी ब्रॅकग्राऊण्ड हवी
होती; पण ते नाजूक पान टिकत नाही.''

''अप्पा, तुझ्यातला चित्रकार, कवी, सौंदर्यपूजक, माणूस जपणारा माणूस,
संगीतवेडा अप्पा जर इतरांना दिसला तर...''

पण हे होणे नाही.

म्हणूनच तू बाराशे पावभाजीवाल्यांपैकीच एक.

मला त्याचं दुःख नाही.

कारण माझ्या मनातलं तुझं चित्र पुसायची कोणाचीच हिंमत नाही.

∎

नवे रस्ते शोधा

नेहमीच्या वेळेला पेपर आला नाही. तिसऱ्यांदा घरात पेपरची चौकशी केली तर उत्तर आलं, 'पेपर आला तरी काय उपयोग? पेपरला आजकाल काऽऽऽही नसतं.'

मी माझ्याच विचारात पडलो. पेपरला काही नसतं म्हणताना माणसाला काय हवं असतं? पुन्हा एखादा रामन राघवचा अवतार? की एकामागोमाग एक असा फसवून लग्नं लावणारा काझी? अपघात? भूकंप?

काही तरी सनसनाटी हवं असतं...

तेवढ्यात कानांवर किंकाळी.

''काय गं, काय झालं?''

''असाल तसे इकडे या.''

मी धावलो. बायको खिडकीपाशी होती. बाहेर डोकावीत होती. मी खिडकीपाशी गेलो आणि उडालोच.

इमारतीपर्यंत येणारा रस्ताच नाहीसा झाला होता. त्याऐवजी चक्क झाडं, झुडपं उगवलेली.

पायवाटदेखील शिल्लक नाही.

म्हणूनच पहाटे दुधाची गाडीही आली नसावी का? एव्हाना अख्ख्या सोसायटीत कोलाहल, गोंगाट, चर्चा सुरू. प्रत्येकजण आपापल्या इमारतीच्या प्रवेशद्वारापाशी. बाकीचे गॅलरीत.

तेवढ्यात फोन वाजला...

''वपु...''

''बोला.'

"मी गोपाळ जोशी बोलतोय. च्यायला, खिडकीतून डोकावलास का बाहेर?"

"डोकावलो. का?"

"अरे वसंत, मी राहतो तिथला गोखले रोड नाहीसा झालाय. त्या ठिकाणी जंगल माजलंय."

"अरे, इथंही तीच हालत आहे."

"आता बोंबलायचं का? च्यायला, अमेरिकेत रवीकडे होतो..."

फोन तुटला.

दुपारपर्यंत असेच फोन येत राहिले. आपल्या इमारतीसमोरचा रस्ताच अचानक नाहीसा झाला, हे प्रत्येकजण सांगत होता आणि दुपारनंतर फोनही बंद झाला.

आता संवाद संपला.

मुंबई शहराशी नातंच तुटलं. बाहेर पडायचं म्हटलं तर घनदाट जंगलच जणू आणि आता फोन बंद.

दोन मिनिटं बोलण्यासाठी समोरचे वैद्य आले तर त्यांचा झब्बा दोन ठिकाणी निवडुंगात अडकून फाटलेला.

आता ही परिस्थिती किती भयाण आहे ह्याची कल्पना यायला लागली.

कोणत्याच इमारतीला यायला रस्ता उरला नाही. म्हणजे आपल्यासारखे लाखो नागरिक आहेत. ह्या विचारानं पण समाधान होईना. मॅट्रिकला आपल्याबरोबरच साठ हजार मुले आहेत मागे, हे जसं नापास झालेल्या एका विद्यार्थ्याला बापाच्या शिव्या खाताना सांगता येत नाही, तसं झालं. किंवा नोकरीत स्वत:वर अन्याय झाला म्हणजे, "असा अनेकांच्यावर अन्याय होतो," ह्या विधानाचा आधार वाटत नाही, तसं झालं.

मी पिसाळलो.

बायकोनं सुनावलं,

"हिंमत असेल तर नवा रस्ता शोधून काढा, नाही तर जंगलात राहायची सवय करा."

तिला घर सोडून कुठंच जायचं नव्हतं, म्हणून तिला एकेक नवा मार्ग सुचत होता.

झाल्या घटनेचा विचार करून डोकं बधीर झालं तेव्हा मी श्रमानं आडवा झालो. बेल वाजली जेव्हा जागा झालो.

कुणीतरी घरापर्यंत येऊ शकलं ह्याचा आनंद इतका विलक्षण होता की झोपमोड झाल्याचं शल्यही उरलं नाही.

एक अनोळखी गृहस्थ दारात उभा. आला असावा कार्यक्रम मागायला.

"या."

"मी एम. के. गांधी.''

"बसा.''

पुन्हा बेल. आणखी एक अनोळखी माणूस.

"मी रानडे.''

"या.''

"ओळखलंत?''

"चेहरा परिचयाचा वाटतो, पण...''

"तुम्ही पुणं सोडून किती दिवस झाले?''

"चौतीस वर्षं.''

"मग बरोबर आहे.''

"बसा ना.''

गांधींकडे पाहात रानडे बसले.

पुन्हा बेल. दार उघडलं तर आणखी तीन अनोळखी चेहरे.

"वपु आहेत का?''

"मीच.''

"नमस्कार.''

"या ना.''

"मी गोखले.'' तिघांपैकी एकानं नाव सांगितलं.

"मी टिळक.'' दुसरा म्हणाला.

"मी पटेल.'' तिसरा म्हणाला.

आणि मग दर दोन-चार मिनिटांनी पाहुणे कोसळत राहिले. आपल्या ओळखी सांगत राहिले. तासातच माझ्या खोलीत एकवीस गांधी, बारा पटेल, तेहतीस नेहरू, दोन सावरकर, एक गोखले, एक टिळक एवढे पुढारी जमले.

खोलीत एकच गिल्ला झाला. प्रत्येकाला काही सांगायचं होतं; पण त्या कोलाहलात शास्त्री, सावरकर, गोखले ह्यांचा आवाजच येईना.

शेवटी दोन्ही हात जोडून, ॲज ए होस्ट, मी त्या सगळ्यांना एक विनंती केली.

"तुम्हाला काय म्हणायचं आहे, ते मला मोकळेपणी सांगा.''

"आम्ही सगळे खरं तर तुझ्या परिचयाचे आहोत.''

"मी अजून, आपल्याला नीट ओळखलेलं नाही. सर्वजण परिचयाचे वाटता; पण...''

"तू माझ्या सोबतीनं लहानपणी शाळेत जात होतास.''

एकानं आठवण दिली.

"माझ्यादेखत तू तरुणपणी अनेक मुलींचा पाठलाग केलेला आहेस."
फार संभ्रमात न ठेवता एकजण म्हणाला,
"आम्ही सगळे रस्ते आहोत."
"आणि आम्ही संपावर गेलो आहोत."
मला सगळ्या रस्त्यांची क्षणात ओळख पटली आणि त्या क्षणी मी कासावीस झालो. माझ्या आयुष्यातली सत्तर ते ऐंशी टक्के सुखं रस्त्याच्या मार्गानंच माझ्या आयुष्यात आली होती.
खरंच, हे सगळे रस्ते नाहीसे झाले तर? मी त्या सगळ्यांकडे नुसता बघत राहिलो. रस्त्याचं माझ्या आयुष्यात किती महत्त्वाचं स्थान आहे, हे मला त्या क्षणी जाणवलं. महाबळेश्वर, माथेरानपासून थेट लंडन, न्यूयॉर्कमधीलही रस्ते डोळ्यांसमोर येऊन गेले आणि कमालीच्या अस्वस्थतेनं मी म्हणालो,
"तुम्ही असं का करता?"
"आम्हाला दुसरा मार्गच राहिला नाही. तुम्ही माणसांनी आमचं जिणं नकोसं केलंत."
"कसं?"
हा प्रश्न गेला आणि तिथं एकच कालवा झाला.
तेवढ्यात आवाज चढवून वल्लभभाई पटेल रोड म्हणाला,
"सगळे कलकलाट करू नका. आपल्या सर्वांच्या वतीनं म. गांधी बोलतील."
त्याबरोबर एकवीस उभे राहिले.
पटेल म्हणाले, "मुंबईतले गांधी बोलतील."
गांधी म्हणाले,
"संपूर्ण राष्ट्राच्या जीवनात रस्त्याचं महत्त्व अनन्यसाधारण आहे. ज्या गावाला रस्ता नाही, त्या गावाला अस्तित्व नाही. राष्ट्राची सामाजिक, राजकीय, आर्थिक व शैक्षणिक प्रगती रस्त्याशिवाय अशक्य. त्यासाठी आम्ही काय काय सहन करतो? अवाढव्य वाहनांखाली आम्ही नित्य जगतो, मरतो. तुम्ही माणसं आमच्या अंगावर कुठंही गलिच्छपणे थुंकता. रस्त्याच्या दोन्ही कडांना नको ते विधी करता. तुम्हा मानवांची घाण आम्ही अंगावर तर घेतोच; पण आमच्या पोटातूनही तीच घाण सतत वाहत असते. तुम्ही रस्ते खणता, वर्षानुवर्षे दुरुस्तीच्या नावाखाली उकळतं डांबर ओतता. तुमचं पिण्याचं पाणी आणि त्याचे अजस्त्र नळ आमच्याच आतड्यातून, टेलिफोनच्या तारा आणि इतर काय काय सांगू? – अर्थात आमचा जन्मच त्याच्यासाठी आहे. आमची जी कर्तव्ये आहेत, त्यांपासून आम्ही मागे सरकणार नाही. आम्हाला परतीची वाट नाही; पण आता आमचं जे प्रयोजन आहे, त्यालाच धक्का लागायची वेळ आली

म्हणून रस्त्यांनाही आडवाटेला जावं लागत आहे.''

"म्हणजे काय?''

"तुम्ही रस्तेच अडवायला निघालात, हे सहन होत नाही.''

"म्हणजे....''

"आम्हाला मोर्च्यांचा भार पेलत नाही.''

"येस. मोर्चा इज द लास्ट स्ट्रॉ ऑन द कॅमल्स बॅक.'' पटेल म्हणाले.

"आम्ही स्थिर आहोत म्हणून देश गतिमान आहे.'' शास्त्री म्हणाले.

"वाहत असणं हा आमचा धर्म आहे.''

"आणि तुम्ही रस्तेच अडवता.''

"प्रत्येक दिवशी हो. सर्वांत जास्त माझं मरण आहे.'' महापालिका मार्ग
म्हणाला.

"ज्या कामासाठी आमची योजना आहे, तेच काम जर आम्हाला करून दिलं
नाही तर इथं राहायचं कशाला?''

"चला रे.''

सगळे रस्ते एकाएकी जायला निघाले. मी जिवाच्या आकांतानं म्हणालो,
"आम्ही काय करायचं?...''

"संप, हरताळ, मोर्चे ह्यांत आमचा जीव गेला.''

"तुम्ही आता तुमच्या अस्तित्वासाठी...''

"आणि प्रगतीसाठी...''

"नवे रस्ते शोधा.''

∎

संध्याकाळचा सूर्योदय

पश्चिमेला सूर्य उगवतो का?

उत्तर 'नाही' असंच आहे.

पण मी तसं प्रत्यक्ष पाह्यलं असेल तर? स्वप्नात नाही, किंवा नशापाणी केल्यामुळे पण नाही.

जागतेपणी आणि जाणतेपणी मी सूर्योदय पाह्यला. चक्क मावळतीच्या दिशेला! तारीख, वार, स्थळ, काळ सगळं तपशीलवार सांगतो. तारीख तेवीस मे त्र्याऐंशी. वार सोमवार. स्थळ : आर्ट अँड सायन्सचं पटांगण, अलिबाग. वेळ : संध्याकाळचे सहा.

तुमच्यापैकी अनेकजण त्या सुमारास कामावरून परतत असतील. पुष्कळजण कुणाच्या तरी लग्नाला, रिसेप्शनचं आइस्क्रीम चापायला गेले असतील. काहींच्या घरी रात्रीच्या पार्टीची तयारी चाललेली असेल. कुठे नाटक, कुठे सिनेमा, कुठे काहीच नाही म्हणून टी.व्ही.वरच्या रटाळ कार्यक्रमात जीव रमवण्याचा प्रयत्न. असे तुम्ही सगळे आपापल्या आनंदात मग्न असाल. भारताच्या सत्तर-ऐंशी कोटी जनतेपैकी जेमतेम शंभर-सव्वाशे जीव ह्याच वेळेला अलिबागच्या पटांगणात एका सूर्योदयाचा आनंद लुटत होते. एका नव्या किरणानं प्रकट होणाऱ्या इंद्रधनुष्याच्या रंगात न्हात होते. मी त्याच इंद्रधनुष्याच्या पुलाखाली उभा होतो. अवाक् होऊन.

माझ्यासमोर सौ. निर्मला पुरंदरे.

खरं तर उभं आयुष्य, 'ह्या निर्मलाताई, म्हणजे इतिहासकार ब. मो. पुरंदरे ह्यांच्या सौभाग्यवती.' एवढ्यावर अत्यंत सुखात जायला काही हरकत नव्हती; पण, बाबासाहेब पुरंदरेंच्या इतिहासप्रेमाच्या धगधगत्या निखाऱ्यातल्या ठिणग्यांनी

निर्मलाताईंच्या मनात एक वेगळाच अग्नी प्रज्वलित केला.
बाबासाहेब भूतकाळात हरवलेले, तर निर्मलाबाई भविष्यातील ललिताचे रागरंग पाहण्यात हरवल्या. नवरा आणि बायको ह्या नात्याच्या दृष्टिकोनातून किमान एवढी तफावत हवीच. एवढा संघर्ष हवाच. पण इथला संघर्ष मनं विटवणारा नाही, मनं फुलवणारा आहे. मनाच्या कोतेपणातून वा अरेरावीमुळे विभक्त होणाऱ्या व्यक्ती वेगळ्या आणि दिव्यत्वाच्या प्रचीतीसाठी नवराबायकोनं वेगवेगळ्या वाटा निवडलेले संसार वेगळे. इथं दोन्ही व्यक्ती लोभसवाण्या. एकमेकांच्या कार्याबद्दल कौतुक व आदर असलेलं हे आगळं जोडपं. दोघांचं कार्य राष्ट्रजीवन समृद्ध करणारं. वाटा वेगवेगळ्या; पण दोन्ही वाटा एकाच समृद्धीच्या 'केशवं प्रति' नेणाऱ्या.
कुणीतरी देशाचा इतिहास सांगणं हेही अगत्याचं आणि कुणीतरी तो घडवणं हेही महत्त्वाचं. दिव्यदृष्टी असणं ह्याला महत्त्व आहे. मग खूप मागे, भूतकाळातही बुडी मारता येते आणि भविष्यातही झेपावता येतं.
'चिंता करितो विश्वाचि' हा एकच स्थायिभाव असलेलं हे जगावेगळं दाम्पत्य. 'विश्वाची चिंता' ह्या विषाची बाधा झाली की त्यावर उतारा नाही, मंत्र नाही, मांत्रिक नाहीत. सातत्यानं कष्ट, कष्ट संपले की पुन्हा कष्ट, हा एकच मंत्र घ्यावा लागतो. ह्याच मंत्रासहित निर्मलाबाई घराबाहेर पडल्या. अर्थात 'घराबाहेर पडल्या' हा वाक्प्रचार चुकीचा. त्यांनी आपल्या घराच्या भिंती पाडून टाकल्या आणि बाहेरच्या जगाला आत घेतलं. तुमच्या-आमच्या घरांना भिंती असतात. भिंतींना दरवाजे असतात. ह्या दरवाजांचा उपयोग उघडण्यापेक्षा लावण्यासाठीच आपण जास्त वेळा करतो. 'जगाशी आपल्याला काय करायचं आहे?' म्हणत आपण बाहेरच्या जगाला बाहेरच ठेवतो; पण त्याच वेळेला चार भिंतींतल्या माणसांना तरी आपण जिंकलेलं असतं का?...
निर्मलाबाईंनी भिंतीच पाडल्या. मग चार दिशा हेच दरवाजे झाले. सगळं विश्व घरासारखं झालं. एवढ्या मोठ्या घराचं यजमानीणपद स्वीकारल्यावर निर्मलाबाईंना समजलं की आपल्याला असंख्य मुलं आहेत. त्यांपैकी आपण फक्त माधुरी, प्रसाद आणि अमृत एवढ्यांचंच शिक्षण केलं.
बाकीच्या मुलांचं काय?
मुलांची परिस्थिती वाईट होती, झोप उडविणारी होती. एक तर ती मुलं संख्येनं प्रचंड होती. अर्थात त्यात त्यांचा नाइलाज होता. ती अर्धपोटी होती, अंगावर कपडे जेमतेम होते. वस्त्र, निवारा ह्या जगण्यासाठी आवश्यक असलेल्या गरजा पुरविताना 'शिक्षण' हा त्यांचा ऐच्छिक विषय होता. इथंही त्यांचा नाइलाज होता. म्हणूनच, साधारणपणे एक लाख मुलं जर प्राथमिक

शाळेत जायला लागली तर मॅट्रिकच्या वेशीपर्यंत त्यांपैकी जेमतेम बत्तीस हजारच पोहोचत होती. उरलेली अडुसष्ट हजार पुन्हा गुरं वळण्यासाठी पळत होती.

निर्मलाबाईंनी खेडोपाडी हिंडून त्याची कारणं शोधली. त्यांना समजून चुकलं की, ज्या वयात 'शाळा ही दुसरी आई' वाटायला हवी, त्या वयात मुलांना पठाराचं, झाडांचं गुराढोरांचं आणि मुख्यत: बेबंद मोकळ्या हवेचं आकर्षण वाटत आहे.

पूर्वप्राथमिक शिक्षणाची दृष्टी ह्या सुजलाम् सुफलाम् देशात कुणालाही नाही. 'सुजलाम्' म्हणायचं; पण पावसाची शाश्वती नाही. 'सुफलाम्' म्हणायचं; पण परकीय मदतीशिवाय श्वास घेता येत नाही.

मग हे शब्द खोटे आहेत का?

मुळीच नाही.

कोट्यवधी अशिक्षित, मागासलेल्या स्त्रियांच्या डोळ्यांतलं न आटणारं पाणी पाहिल्यावर 'सुजलाम्' का म्हणायचं नाही? एका सेकंदाला एक मूल जन्माला घालणारा देश 'सुफलाम्'च नाही का?

शहरातील मुलं टामटुमीत मोटारीतून, शाळेच्या बसमधून डबा, पाण्याची बाटली, ह्यांच्यासकट डॅडी, ममी, आंटी, अंकलला 'टाटा, बिर्ला' करीत माँटेसरीला जाणार. प्रेमाचा निरोप देता-घेतानाही आम्हाला 'टाटा, बिर्ला,' अशी 'धनिकवणिक बाळे' आठवतात.

ह्याच वेळेला निर्मलाबाईंना खेडेगावातली मुलं दिसली. त्यांनी ह्या ओल्या मातीत हात घालायचं ठरवलं. खेडोपाडी जाऊन त्यांनी गावाकडे मुलं मागितली. गावोगावच्या ग्रामपंचायती, पाटील, मामलेदारांकडे दोन खणांच्या जागेसाठी, पडवी, ओसरी ह्यांची भीक मागितली. खेड्यांचं शहरीकरण करण्याऐवजी शहरांचं खेडीकरण चाललेलं पाहून त्यांनी शहरातल्या मुलींना 'खेड्यात चला' असले भंपक सल्ले दिले नाहीत. त्यांनी खेड्यातल्याच मुलींना, सहा-सहा महिन्यांचा 'बालवाडी'चा कोर्स दिला.

Voted आणि Devoted कार्यकर्त्यांचे मार्ग इतके भिन्न असतात.

'इन्व्हेस्टमेंट इन मॅन' ह्या संस्थेची स्थापना झाली.

इन्व्हेस्टमेंट ह्या शब्दाचं नातं आपण कायम कर्जरोखे, पोस्टाच्या बचत योजना, युनिट ट्रस्ट ह्यांच्याशी जोडलेलं आहे. चालत्या-बोलत्या माणसात गुंतवणूक करता येते, हा विचारच विलक्षण ताकदीसकट जन्माला आला होता. प्रारंभी ह्या संस्थेतर्फे आणि आता वनस्थळीतर्फे सुमारे पन्नास गावी 'बालवाड्या' सुरू आहेत. 'बालवाडी' म्हणजेच 'माँटेसरी' हा विचार आता

खेड्यात मूळ धरू लागला आहे. निर्मलाबाईंनी सुमारे दीडशेच्या आसपास शिक्षिका तयार केल्या आहेत.

हळूहळू जिल्हा परिषदांचं साहाय्य मिळू लागलं आहे. ऐंशी कोटी लोकसंख्येच्या ह्या देशात हे कार्य मुंगीच्या गतीनंही म्हणता येणार नाही, इतक्या संथ पण स्वत:च्या वेगानं चाललेलं आहे. तिळावर काटा पहिल्या काही दिवसांत जाणवत जरी नसला तरी त्याचं अस्तित्व नाकारता येत नाही. ज्या खेड्यातून हे कार्य सुरू झालं आहे, तिथं काहीतरी घडत असल्याची जाणीव व्हायला लागली आहे. बालवाडीचा पिटुकला विद्यार्थी आता जरा निराळं बोलतो. त्याला कविता नावाचं जे सुगंधित फूल असतं त्याचा वास जाणवायला लागला आहे. 'पाऊल उंबऱ्यात आणि जीभ ओठांत' हे व्रत घेतलेल्या मुली आता वेगळी मंतरलेली भाषा बोलतात. गावातून त्या आता धीटपणानं वावरू लागल्या आहेत. बालवाडीत येणाऱ्या मुलाचं बोट धरून त्या आता घराघरांतून, पासपोर्ट मिळाल्याप्रमाणे स्वयंपाकघरापर्यंत जाऊ शकतात. एखादी विधवा, नवऱ्यानं टाकलेली अशीच एखादी दुर्दैवी अभागिनी आज गावाला आधार वाटू लागली आहे. 'रांधा, वाढा, उष्टी काढा,' ह्या अष्टाक्षरी मंत्रापलीकडची अलिबाबाची गुहा त्यांना सापडलेली आहे.

शिरूर तालुक्यातील भगिनींनी तर शुद्ध-अशुद्ध भाषेचा बाऊ न करता बेधडकपणे गेल्या वर्षी 'संगीत सौभद्र'चा प्रयोग करून 'सौभद्र शताब्दि'वर सोन्याचा कळस चढविला.

अशाच शे-दीडशे भगिनींचा मेळावा अलिबागला भरविण्यात आला. त्या सर्वांचा प्रवासखर्च, आठ दिवसांचा जेवणा-राहण्याचा खर्च 'वनस्थळी'नं, देणग्यांतून सोसला.

तो मेळावा मी अवाक् होऊन पाहत होतो, अस्वस्थ झालो होतो, व्यथित झालो होतो.

का?

तर चारच दिवस अगोदर मी एका प्रदर्शनात बावीस हजार रुपये किमतीचा ॲक्रिलिक्चा बाथ टब पाहून आलो होतो आणि इथं शिबिरासाठी जमलेल्या असंख्य मुलींनी समुद्रही पाह्यलेला नव्हता. वारा प्यायलेल्या वासराप्रमाणे – लेक्चर्स संपली रे संपली की ह्या मुली समुद्र-किनाऱ्याकडे धाव घेत होत्या. पंचमहाभूतांपैकी एका भुताला डोळ्यांत साठवून घेत होत्या.

सकाळी दोन-अडीच तास डॉ. नीता जोशींनी त्या मुलींना फॅमिली प्लॅनिंगबद्दल माहिती दिली. दुपारी दोन तास पुन्हा त्या मुलींनी डॉ. नीता

जोशींना घेराव घातला. प्रश्नांचा भडिमार केला. संवादाची भूक किती भागवू, किती नको, असं त्यांना झालं होतं. दुपारी हस्तव्यवसायाचा वर्ग झाला. संध्याकाळी कथाकथनाबद्दल मी काही सांगणार होतो. गप्पागोष्टी, हितगुज, कथाकथन ह्यातूनच मी त्या सगळ्यांना आवाहन केलं, ते उत्स्फूर्त नाट्याविष्कारासाठी.

''तुम्हाला निर्मलाबाईंच्या शिबिराला जायचं आहे. सासूबाईंची, नवऱ्याची, सासऱ्याची परवानगी कशी मागाल, ते प्रत्यक्ष करून दाखवा.''

हां हां म्हणता पाच-सहाजणी उभ्याच राह्यल्या. त्यांनी तिथल्या तिथे भूमिका वाटून घेतल्या. कुणीही न सांगता, न शिकवता संवादावर संवाद झडू लागले, रंगू लागले. हावभाव होऊ लागले. हालचालींना वेग आला. टाळ्या आणि हशा ह्यांनी आसमंत गजबजून गेला. वीस-पंचवीस मिनिटं कशी गेली समजलं नाही. विजय तेंडुलकरांपासून, विजया मेहतांपर्यंत सर्वांबद्दल आदराची भावना असूनही वाटून गेलं, हा प्रयोग पुन्हा होणे नाही.

टाळ्या-हशांची नशा त्या पाच-सहाजणींना चढत गेली. एखादाच अपवाद वगळता सौंदर्याचा लवलेश नसतानाही त्या कमालीच्या आकर्षक दिसायला लागल्या.

त्यांच्यापैकी एकीनं शिबिरात जाण्यासाठी प्रथम नवऱ्याकडे हट्ट धरला. ती लाजली, हसली, कोमेजली. तिनं लाडिकपणा केला. नवऱ्याची मनधरणी केली. मी एवढा नर्मशृंगारिक प्रवेश आत्तापर्यंत पाह्यला नव्हता.

अशीच एक कोणीतरी तिची नणंद झाली. तिचा फणकारा बघण्यासारखा होता. तिनं चहाड्या केल्या, लावालावी केली; तर क्षणात वहिनीची बाजू घेताना तिच्या डोळ्यांत पाणी आलं.

ती एकांकिका संपू नये असं वाटत होतं.

निर्मलाबाईंबरोबरच्या दुसऱ्या कार्यकर्त्या म्हणाल्या,

''मी वरवर हसत होते आणि आत रडत होते.''

''का?''

''जिनं नवऱ्याबरोबरचा सीन केला, ती विधवा आहे. तिला तिच्या नवऱ्याबरोबर जो एकांत कधीच करायला मिळाला नाही, तो तिनं आज करून घेतला. नणदेचं काम करणाऱ्या मुलीची वेगळीच ट्रॅजेडी.''

''तिला काय झालं?''

''तिच्या पंधरा वर्षांच्या दिरानं तिच्या तोंडात मारली. नवरा तेव्हा काहीही बोलला नाही. तिनं मग स्वाभिमानानं घर सोडलं आणि ती आता आमच्याकडे आली. ती लोणंदची बालवाडी चालवते. खूप हुशार आहे.''

"बरं मग, सासऱ्याचं काम करणारी..."

"विचारू नका. सगळ्या दु:खान्तिकाच आहेत. कितीजणींचे डोळे पुसाल? नुसत्या दानधर्मातून किती जणींना पोसाल? पैसा उभा करता करता जीव जाण्याची पाळी येते. जमेल तेवढं करायचं. वर्षातून आठ दिवस त्यांना प्रकाश मिळतो, मोकळी हवा मिळते. पुन्हा वर्षभर काही नाही."

मी गप्प झालो.

आपल्या समाजातल्या एकूण एक समस्यांवर उत्तर म्हणजे, 'गप्प बसणं.' जे सरकार करतंय, ते करायचं.

आम्ही आकाशात विहार करतो. अवकाशात यान पाठवतो. एशियाड भरवतो. 'क्षमस्व'च्या रंगीत पाट्या टी.व्ही.वर पाहतो. निवडणुकीत करोडो रुपये उडवतो. परदेशाशी स्पर्धा करण्यासाठी उदंड पैसा आणि ऐट आहे.

आणि त्याच वेळेला आमच्याकडे सासुरवास आहे. सुना आत्महत्या करताहेत. त्यांचे खून होताहेत. खून करणाऱ्यांना सहानुभूतीनं वागवण्याचा नफ्फडपणा आमच्यापाशी आहे. मुली माहेरी परतताहेत, मुलं उपाशी राहताहेत. बायकांची गळचेपी होत आहे.

त्यांच्या गळ्याला गळफास लावणारी दावी तोडली तर त्या सासुरवाशिणी गाऊ शकतात, नाचू शकतात, एकांकिकेत उत्स्फूर्तपणे संवाद बोलू शकतात. घराघरांतून नंदनवन फुलविण्याची शक्ती असलेले हात परंपरेच्या बेड्यांनी आम्हा पुरुषांच्या अरेरावीपणानं बांधले गेले आहेत. हास्याची कारंजी फुलवू शकणारे ओठ शिवले गेले आहेत.

अशाच शे-सव्वाशे मुली अलिबाग कॉलेजच्या आवारात संध्याकाळच्या वेळी सूर्यफुलासारख्या टवटवीत फुलल्या होत्या. त्या वेळी मावळतीकडे झुकलेला सूर्य मावळत नसून उगवल्यासारखा वाटला. शिबिरातल्या मुलींच्या रूपानं त्याची पसरलेली किरणं मी, नीता जोशी, रवीनं पाह्यली. अशा असंख्य किरणांना ह्या समाजात कायमचं आकाश गवसेल का?

■

पाकसिद्धी

ह्या तमाम जगावर मी जाम तडकलोय. माझा त्यापायी तिळपापड झालाय. 'पापड' म्हटलं की बियरची आठवण येते. तिचा तो 'टोपाझ'चा रंग डोळ्यांसमोर येतो. 'चिल्ड' स्पर्श अंतरात्मा तृप्त करणार, हे आठवतं. खोपोलीचं 'स्टड' हॉटेल डोळ्यांसमोर येतं. तिळपापडातला नुसता 'तीळ' शब्द उच्चारला की संक्रांतीची ग्रीटिंग कार्ड्स डोळ्यांसमोर येतात. तिळगुळाचा आणि गुळाच्या पोळ्यांचा खमंग स्वाद, वेलदोड्यासहित जिभेच्या टोकाशी येऊन थांबतो. उत्तम गुळाच्या पोळ्या करणारी सगळी घरं डोळ्यांसमोर येतात आणि गुळाची किंवा पुरणाची पोळी म्हटल्यावर भागतं काय? त्याच्याबरोबर घरी कढवलेलं तूप आलंच.

तूप हा सामान्य पदार्थ नव्हे. जेवणाच्या प्रवासातलं हे एक जंक्शनच. तूप, भात, मेतकूट, मसालेभात, तूप! तुपाशिवाय पान हलणार नाही, असे अनेक प्रकार सांगता येतील. काहीही नसलं तर गुळाचा खडा आणि तूप तर कुठे गेलंच नाही.

आणि म्हणूनच मी जगावर तडकलोय. ही डॉक्टर मंडळी प्रथम तूप, लोणी ह्यांसारखे पदार्थ बंद करतात. तूप-लोणी ह्या पदार्थांची चटक लागली आणि मग 'कोलेस्ट्रॉल' नावाच्या राक्षसाची डॉक्टर मंडळींनी आठवण करून द्यायला सुरुवात केली.

मिठासारख्या अत्यावश्यक असलेल्या पदार्थानं तितक्याच आवश्यक अशा, रक्तासारख्या घटकाशी नातं जोडलं. मीठ खाल्लं तर रक्तानं का उसळावं, हेच मला कळलं नाही. मिठाला जागायचं ते असं?

तिखट पदार्थानं 'अल्सर'शी सोयरिक जमविली. गोड पदार्थ आणि मधुमेह

अकारण एकमेकांचे वैरी झाले.
तमाम जगावर मी तडकलोय ह्याचं कारण हेच!
मी जन्माला आलो तेव्हा फक्त दुधावर राहायचं ठरवूनच आलो आणि त्याप्रमाणे अनेक महिने मी निग्रहानं निव्वळ दुधावर राह्यलो होतो. कोणताही नवा पदार्थ माझ्या जिभेला लावण्याचा कुणी प्रयत्न केला तर तो निग्रह करून थुंकून टाकल्याचं मला आजही स्पष्ट आठवतंय. कालांतरानं मी वेगवेगळे पदार्थ खाऊन पाहावेत म्हणून माझ्यावर जबरदस्ती सुरू झाली.
''– त्याला खायला लावा.''
''– त्याला उपाशी ठेवा, म्हणजे झक मारीत देईल ते खाईल.''
''– कोंडून ठेवा, सांगतो कुणाला न खाऊन!''
''– दोन दणके द्या पाठीत, मुक्काट 'आ' करतो की नाही पाहा.''
''– घास थुंकून टाकला तर हनुवटीला उदबत्तीचा चटका द्या.''
असं म्हणत मला वेगवेगळ्या खाण्याच्या पदार्थांची ओळख, ह्या खादाड जगानं करून दिली आणि हळूहळू, पोट जेवढं मागं लागलं नाही तितके वेगवेगळे खाण्याचे पदार्थ मागे लागले.
सहज म्हणून कुठे जिव्हाळ्याच्या गप्पा मारायला जाण्याची सोय राह्यली नाही. पाहुण्यावर प्रेम करायचं म्हणजे त्याच्या पोटात सतत काहीतरी चिणत जायचं, हे समीकरण व्हायला लागलं. तेच तेच संवाद करण्यात वेळ वाया जाऊ लागला.
''चहा घेणार?''
''नको.''
''मग कॉफी घ्या.''
''एवढ्यात घेऊन आलो.''
''कॉफीवर कॉफी चालते.'' *(गिरणीत ज्याप्रमाणे गव्हावर गहू टाका म्हणतात, त्या चालीवर.)*
''कॉफीचा कंटाळा आला.''
''मग सरबत करते.''
''नको! दात आंबतात.''
''आयडिया! पन्हं घ्या मग!''
''सरबत आणि पन्हं एकच!''
''मग समोरच्या गुऱ्हाळातून उसाचा रस मागवायचा का?''
''काहीतरी घ्यायलाच हवं का?''
''प्रथमच तर आलात...''

ह्याव्यतिरिक्त वेगळं काहीही बोललं जात नाही. तुम्ही पाप्याचं पितर असलात तर, 'काही खात-पीत नाही म्हणून तुम्ही असे' हे असं काहीतरी ऐकून घ्यावं लागतं. ह्या उलट तुम्ही 'टुणटुण'चे भाऊ असा. 'तुमच्यासारख्यांना आठ जिलेब्या म्हणजे काहीच नाहीत,' हा युक्तिवाद आग्रह करणाऱ्यांकडे असतो. क्वालिटीपेक्षा माणसं क्वांटिटीवर जास्त प्रेम करतात, ते जेवणाच्या बाबतीत! बारसं असो – जेवणावळी! बारावं असो – जेवणावळी! जेवणावळीवर प्रेम असणाऱ्या माणसांनीच माझी वाट लावली आहे. माझ्या सुटलेल्या पोटाबद्दल जी माणसं हळहळ व्यक्त करतात, तीच ह्या तुंदिलतनूला जबाबदार आहेत. 'टेस्ट कल्टिव्हेट करावी लागते.' ह्या पालुपदापायी मी अभक्ष्यभक्षणही करू लागलो आणि अपेयपानही.

आता खायला घालणारी ही माणसं मला योगासनं करायचा आग्रह करतात. डॉक्टर मंडळी काय काय खाणं वर्ज्य ते सांगतात. बिनसाखरेचे, बिनमिठाचे, थोडक्यात बिनचवीचे पदार्थ मी खावेत, हा 'चव' कल्टिव्हेट करणाऱ्या जगाचा आग्रह आहे.

म्हणूनच, बेहेरेसाहेब, पोटात जाणारे सगळे पदार्थ मला आवडतात.

पण सध्या मी 'डाएट'वर आहे. आजची आवड म्हणूनच 'लंडन डाएट' आहे. एक 'क्रेट' पाठवून द्या, अकरा 'झपूर्झा'च्या पत्त्यावर!

मेनका प्रकाशनच्या बेहेरेंनी त्यांच्या अशाच एका 'माहेर'च्या अन्नपूर्णा विशेषांकासाठी लेख मागवला. 'दोन पानं राखून ठेवली आहेत' असं त्यांचं पत्र. ज्याचा संबंध जेवणाशी आहे, त्यासाठी वेगळी 'पानं' लागतात, असं त्यांना कळवणार होतो. पण म्हटलं, 'असं पानावरून उठणं बरं नाही.' लेखकाच्या आयुष्यात 'पानावर उठणं' महत्त्वाचं. साधं 'अन्न, वस्त्र, निवारा' ह्या यादीतील उदरभरण असेल तर माणशी एक पान हा हिशेब नेहमीचाच. पण मन-बुद्धीचं खाद्य असेल तर एका पानावर भागत नाही. इथं पानांची पंगत लागते.

लेख लिहिताना अनेक जेवणावळी आठवल्या. अनेक सुगृहिणी आठवल्या. अनेक हॉटेल्स 'मेनूकार्डासकट' नजरेसमोर आली. आपण डावीकडून उजवीकडे लिहितो आणि वाचतो. दिवसेंदिवस दोन्ही गोष्टी 'उजवीकडे' झुकाव्यात म्हणून. मी मात्र एकच पान, म्हणजे कागद उजवीकडून डावीकडे वाचतो. तो कागद म्हणजे पंचतारांकित हॉटेलातलं 'मेनूकार्ड.' त्यातला डावीकडे छापलेला पदार्थ आपण खातो तर उजवीकडचा आकडा आपल्याला खातो. तरीही, अशी अनेक हॉटेल्स आणि पदार्थ आठवले. कार्यक्रमांच्या निमित्तानं तर बारा गावचं

पाणी आणि बाराशे घरची पाकसिद्धी आणि भोजनप्रबंध चाखले. त्या सगळ्या माउलींच्या चरणी मी वाकलेलो आहे.

पण ह्या सगळ्या आठवणी ज्याच्या त्याच्याच. त्यांची यादी देण्यात मतलब नाही. आणि तीन-चार वर्षांपूर्वी लिहिलेल्या लेखाला ही पुरवणी लिहिण्याचं प्रयोजन ते नाही.

पु. वि. बेहेरे ह्यांनी माझ्याकडून लेख मागवला. तो तर त्यांनी छापलाच; पण ज्या पानावर त्यांनी तो लेख संपवला, त्याच पानावर एक 'चौकटीतलं सदर' छापलं. सौ. वसुंधरेकडून त्यांनी ते लिखाण परस्पर कधी मागवलं, ते त्यांनी सांगितलं नाही आणि वसुंधरेनं पण मला पत्ता लागू दिला नाही.

चौकटीतला तो मजकूर मला, जेवणानंतरच्या 'स्वीट डिश्'सारखा वाटला.

'वपुं'ची आवडनिवड

'कठीण समय येता कोण कामास येतो?' असं जर मला कोणी विचारलं तर सांगेन, अहो, माझे 'हे'च येतात ना कामाला! काम म्हणजे अगदी घरातल्या, स्वयंपाकघरातल्या कामालाही येतात हं! तुम्ही म्हणाल, स्वयंपाकघरातलं काम म्हणजे वरच्या फळीवरचा डबा काढून द्यायचा, डालड्याच्या डब्याचा तो वरचा पत्रा काढून द्यायचा किंवा पटकन साईचं दही ढवळून लोणी काढायला मदत करायची का? तर नाही हो! वपुंना कशासाठीही हाक मारली तरी हसतमुखानं ते प्रवेश करतात किचनमध्ये. कारण त्यांना वाटतं, मी एखादी नवी पाककृती केली असणार, त्याची चव बघायची असेल म्हणून मी हाक मारली असणार. पण नाही हं! मी हल्ली नवीन काही करायचा प्रयत्न करीत नाही. कारण ही पुरुषमंडळी पाहुण्यांच्या समोर बोलता-बोलता असं काही सांगून जातात की पाहुण्यांनी अशा नजरेनं बायकांकडं पाहावं की बस्स! त्या क्षणी – नव्हे अशा बऱ्याच क्षणी मला त्या सीतामाईची आठवण येते. धरणीमातेला पोटात घ्यायला सांगून तिनं स्वतःची सुटका करून घेतली. नशीबवान होती! असे प्रसंग अनेकांवर येत असतील. धरणीमातेनं ऐकायचं ठरवलं असतं तर हिंदुस्थानची लोकसंख्या कमी करण्यासाठी नाना उपाययोजना कराव्या लागल्या नसत्या. तुम्ही म्हणाल, 'काय हे! साधी पाककृतीची गोष्ट! त्याच्यावर हे काय बोलणं?'

हे बोलणं आमच्या घरात शोभेल बरं! कारण नवीन नाही, पण नेहमीचे

पदार्थ करताना मनावर टेन्शन असतं. त्या टेन्शननंच तो पदार्थ बिघडतो बघा, असं माझं म्हणणं! गरीब बिचारे 'हे!' कुठल्याही परिस्थितीत येईल त्या प्रसंगाला *(की पदार्थाला?)* तोंड देतात हं! अतिशय चविष्ट जेवण, मधल्या वेळेचे पदार्थ वगैरे करून मुलांना एकप्रकारे बिघडवणाऱ्या मातांना त्या वेळी हे कळत नाही की मुलांवर पुढे काय प्रसंग गुदरणार आहेत! – कशाकशाला तोंड द्यावं लागणार आहे!

पण एक सांगते, अशा मातेचा पुत्र उत्तम स्वयंपाक करायला शिकतो. आणि त्यामुळे संसारात पत्नी-मुलाबाळांना काही चांगले पदार्थ करून खिलवायला तयार असतो तो. हो, हे उत्तम साबुदाण्याची खिचडी करतात, आमटी करतात, चटणी करतात. नाही, सगळं-सगळं सांगायचं असतं का? आपल्या घरातलं असं भडाभडा बोलून लोकांना त्रास द्यायचा नसतो. येतील घरी नि खातील ह्यांच्या हातचं तेव्हा कळेलच. नाही का?

नाहीतर असं करा, ह्यांना तुमच्या घरी बोलवा. हां, नुसतं बोलावून चालणार नाही हं! जो पदार्थ हवा असेल त्याची सगळी तयारी करून ठेवायला लागेल. म्हणजे मी करते तशीच. मी त्यांना कांदा चिरून देते, खोबरं खवून-वाटून देते, मसाला ताजा वाटून ठेवते. बटाटे उकडून त्यांच्या फोडी करून ठेवते, तेव्हा मग 'हे' येऊन उत्तम टोमॅटो-बटाट्याचा रस्सा करतात. शेवटी-शेवटी चव पाहून त्यात काय हवं-नको ते आपण घालायचं, बस्स! आणखी काय पाहिजे? पूर्वीच्या ह्यांच्या आवडीनिवडी खूप बदलल्या आहेत. हल्ली हे भातावर नुसती दुधाची साय घेतात बिचारे! दहीभाताऐवजी सायभात! शिवाय डाएटिंग चालू आहे ना! मग काय करणार?

सौ. वसुंधरा काळे

कोरे कागद

'ललित'कडून पत्र आल्यापासून रिकाम्या कागदांची रिमंच्या रिमं घेऊन बसलो आहे. रिकाम्या कागदांना काय तोटा? दर वर्षी कागदांचे भाव लेखकांच्या लिहिलेल्या कागदांपेक्षा जास्त वाढताहेत; तरीही आजवर 'कागद मिळाले नाहीत म्हणून यंदा लेखन केलेलं नाही,' असं उत्तर कोणत्याही लेखकानं दिलं असेल, असं वाटत नाही. 'लेख अथवा साहित्य पाठवताना, भरपूर समास सोडून, सुवाच्य अक्षरात, कागदाच्या एका बाजूनं लिहावं,' अशा संपादकीय सूचना असतात. 'भरपूर समास' आणि 'सुवाच्य अक्षर' ह्यांबाबत मतभेद जरूर आहेत, होतील; पण मागची बाजू कोरी, म्हणजे रिकामी सोडणं मुळीच कष्टसाध्य नाही. ह्याच हिशेबानं लिहायचं झालं तर लिहिलेल्या कागदांच्या बरोबरीनं रिकामे कागद लेखक वर्षोन्‌वर्षं संपादकांकडे पाठवत आलेले आहेत. तरीही, आज 'ललित'च्या संपादकांना रिकाम्या कागदाबद्दलच काहीतरी लिहून हवं आहे. रिकाम्या कागदांच्या संदर्भात आज दोनच शब्द लिहावेसे वाटतात. ते म्हणजे, 'भीती वाटते.'

आज वाट्टेल त्याच्या वाटेला जाताना मी फारसा विचार कदाचित करणार नाही; पण रिकाम्या कागदांची विलक्षण दहशत वाटते. 'कागदाच्या एकाच बाजूनं' गेली चोवीस वर्षं लेखन केल्यामुळे कोऱ्या कागदांचा जो उपमर्द झाला, त्या सगळ्या रिकाम्या कागदांचं सैन्यच्या सैन्य आता अंगावर धावून आल्यासारखं वाटतं. एखाद्या कथेचा मनात आराखडा तयार होता होता ह्या कोऱ्या कागदांचा त्या आराखड्याभोवती वेढा पडतो. त्या सर्व कागदांचं नेतृत्व करणारा कागद सैन्याच्या मधे उभा राहतो आणि दोन लाकडी रुळांमधे गुंडाळलेला जसा युद्धाचा जाहीरनामा वाचला जातो, तसा माझ्या कल्पनेचा

सांगाडा त्या सैन्यासमोर वाचला जातो. भाषणस्वातंत्र्याचा परवाना प्रत्येक सैनिकाला असल्यामुळे संबंधित सैनिक पुढे येतो आणि जाहीर करतो, 'ह्यासारखी कल्पना पूर्वी लिहून झाली आहे. ह्या कथेत नवीन काही नाही.' त्या सैनिकाला पुढे बोलावण्यात येतं. तो त्यांच्या सेनापतीसमोर पाठ करून उभा राहतो. सेनापती तो मजकूर वाचतो. 'पटलं' म्हणत मान हलवतो. कोऱ्या चेहऱ्याचा सैनिक पुन्हा सैन्यात दाखल होतो.

आराखडा समोर उभा केला जातो आणि जाहीर चौकशी होऊन तिथंच कोर्ट मार्शलची अंमलबजावणी होते.

काही काही वेळेला कथेचा तोंडवळा पाहून फसगत होते. बाकीचा तपशील वेगळा असतो. आपण त्याच एखाद्या अनुभवावर आता पूर्वीपेक्षा वेगळं भाष्य करू शकू, असं वाटतं. अशा कथांचे आराखडे पण सैन्यासमोर ठेवले जातात. कधी कधी निर्णय घेणं सेनापतीलाही अशक्य होतं. 'प्राथमिक चौकशी'चं निमित्त करून असे काही आराखडे कच्च्या कैदेत पडलेले आहेत; त्यांची सुटका कधी होईल, सांगता येत नाही.

कच्ची कैद भोगत पडलेल्या कथानकांच्या वतीनं अनेकदा वेगवेगळे वकील मी ह्या सैन्याच्या सेनापतीकडे पाठवले; पण आजवर त्यांचा उपयोग झाला नाही. माझे काही लेखक-मित्र आहेत. त्यांच्यासमोर मी आराखड्यांना उभं केलं. अशा निर्वाणीच्या प्रसंगी श्रीमती शांताबाई शेळकेंनी त्या कथानकांनी मांडलेलं गाऱ्हाणं आणि कैफियत अनेकदा शांतपणे ऐकून घेतली आहे. क्वचित केव्हातरी शंकर वैद्य, ग. वा. बेहरे भेटतात. ते कथानक मस्तपैकी जमेल असा निर्वाळा देतात; पण राष्ट्रपतींनी दया करूनही, कोऱ्या कागदांचं हे सैन्य बधत नाही. ते म्हणतात, नागरी कायदेकानू वेगळे आणि मिलिटरीचे वेगळे.

दिवाळी अंकांचे संपादक समोरच्या सैन्यात फितुरी करण्याचा प्रयत्न करतात. नवं सुचलेलं कथानक सैन्यात भरती होण्याच्या दर्जाचं कसं आहे, हे सेनापतीला वारंवार सांगतात. कथानक वजनदार आहे, अपेक्षित उंची आहे, अंगानं भरलेलं आहे, मनानं कपटी नाही, दृष्टीही लांब पल्ल्याची आहे, वगैरे वगैरे सांगितलं जातं; पण कुठंतरी बिनसतं आणि ते कथानकच सैन्यात भरती व्हायचं नाकारतं.

काही काही कथानकांचं सैन्यात भरती व्हायचं वयच निघून जातं. अशा वेळी फक्त रुखरुख राहते.

कधी कधी फार वेगळी कुचंबणा होते.

एकदम वेगळा आराखडा समोर येतो. त्याची सर्व प्रकारे चाचणी घेतली जाते. मेडिकल टेस्ट होते. टीकाकार कम् मित्र, क्वचित ह. मो. मराठेंसारखा संपादक-मित्र ह्या सर्वांच्या पॅनेलकडून, बोर्डाकडून त्या आराखड्याचा इंटरव्ह्यू घेतला जातो. सेनापती आणि सैन्य ह्यांच्यासमोर मग त्याला उभं केलं जातं. काही वेळ एकही सैनिक पुढे येत नाही. उमेदवार पास होणार असं वाटतं. कोणत्या संपादकाबरोबर कोणत्या फ्रंटवर पाठवायचं, त्याचा विचारही सुरू होतो आणि तेवढ्यात भोवतालच्या वेढ्यात कुजबूज सुरू होते. कुणीतरी पुढे सरसावतो आणि सांगतो,

'आपल्या बटालियनमधे कुणी नाही; पण माझा एक मित्र अमक्यातमक्या लेखकाच्या फौजेत आहे. त्याच्या पाठीवर हीच कथा वेगळ्या युनिफॉर्ममध्ये लिहिलेली आहे.'

कोणताही अपराध नसताना त्या कथानकाला सैन्याचे दरवाजे बंद केले जातात.

कोऱ्या कागदांचे हे सैन्य फार कठोर आहे, परखड आहे. ते मला हालचालीला फार वाव देत नाही. स्वैर संचार करायला त्यांची ना नाही; पण प्रत्येक ठिकाणी त्यांचा पहारा असतो. त्या सैन्यानं माझ्याही नकळत त्यांचाच गणवेष माझ्या अंगावर चढवला आहे. तिथपर्यंत माझं काही म्हणणं नव्हतं; कारण त्या गणवेषानं मला आपोआप एक आयडेंटिटी कार्ड दिलं. माझं प्रत्येक ठिकाणी गणवेषामुळं स्वागत झालं. आयुष्य सोपं केलं. सोपं केल्यामुळे सुखाचं झालं; पण त्याच वेळेला 'कॅन्टॉन्मेण्ट एरिया' सोडता आला नाही. छावणीत रहा आणि मगच काहीही मागा, छावणीच्या बाहेर गेलात तर माना लवतील, सलाम झडतील; पण त्याच वेळेला तुमचं अस्तित्व तुम्हाला दडवता येणार नाही. तुमच्या प्रकट होण्यातच तुमच्या मर्यादा आहेत. म्हणूनच जे सगळ्यांचं होतं तेच माझ्या वाट्याला आलं. गणवेष हे एक विषारी अमृत आहे. मिलिटरी, नेव्ही, एअर फोर्स ह्या वेषातल्या माणसाकडे कौतुकाच्या आणि कुतूहलाच्या नजरा वळतात; एवढंच आपल्याला दिसतं. त्यांचं रुबाबदार चालणं मनावर भक्कम ठसा उमटवतं; पण त्याच वेळेला त्या माणसांना कायम टाचा जुळवूनच उभं राहावं लागतं, ह्याचा आपल्याला विसर पडतो. पाय कायम जुळवलेले, दोन पावलांतलं अंतर आखून दिलेलं. ड्रिल करवून करवून गिरवलेलं आणि कुठेही मज्जाव नसला तरी संचार ठरवून दिलेला. म्हणूनच झगझगाटात ठेवणारं कोणतंही बिरूद विषारी अमृतासारखं.

साधे कपडे उतरवून बाजूला ठेवणं माणसाला जमत नाही, मग छातीवर बिरुदं

लावलेले हे कपडे कसे उतरवायचे?
युनिफॉर्मचं ठीक आहे; पण कालांतरानं प्रत्येकाला एकेक दुर्बीण दिली जाते. नुसत्या डोळ्यांनी पाहायचं ठरवलं तर अनादि-अनंताचं दर्शन सर्वत्र होतंच. वेगळा साक्षात्कार घडायची गरज उरत नाही. हातात दुर्बीण दिली गेली की संपलं. दुर्बीणवाल्या माणसांचा इतरांना हेवा वाटतो. का? तर लांबचं आकाश जवळ आलं म्हणून; पण ह्या खुळ्या नादात खूप जवळचं, दुर्बिणीत सापडणार नाही एवढ्या अंतरावर जातं, ते दुर्बीणवाल्यांना पण कळत नाही आणि नसणाऱ्यांना पण कळत नाही. उलट, हातात दुर्बीण आली की सामान्यांना जे दिसणार नाही, ते ते प्रत्येक आपल्याला दिसावंच लागतं.
'आम्हाला वाचायची वा दिसण्याची शक्तीच नाही; पण तुम्ही डोळस, विचारवंत, शिवाय दुर्बीणवाले. तुम्हाला कसं दिसलं नाही?'
– असं म्हणून सामान्य माणसं, सामान्यपणातली असामान्य ढाल पुढे करतात. तेही चातुर्यानं. गौरवानं.
सैन्यातल्या माणसाला क्षमा नाही.
युनिफॉर्मच्या आपल्या सिव्हिलियनचं अस्तित्व कुणी मान्य करीत नाही. अनेक वर्षं असाच साहित्य-आघाडीवरचा गणवेष अंगावर बाळगला की गणवेषाच्या आत पंचमहाभूतांच्या आधारावरच आपणही तयार झालो आहोत, ह्याचा विसर पडतो. तो विसर पडला की जीवनाचं कोडं आपल्यालाच उकलणार आहे, मानवी स्वभावाचे पैलू फक्त आपल्यालाच आकलन होतात, माणसामाणसांतलं नातं कसं असावं, हे आपणच अधिकारवाणीनं सांगू शकतो, संवादाची महती आपणच जाणतो, असं युनिफॉर्ममुळे वाटतं. त्याच अभिनिवेशात फाउंटन, छे, संगीन सरसावून टेबलाजवळ यायचं आणि...
आणि काही नाही.
कोऱ्या कागदांसमोर बोथटलेली संगीन ठेवून द्यायची.

■

स्त्रीमुक्ती

काही काही वाक्यांची आणि विधानांची मी लहानपणापासून दहशत घेतलेली आहे. वेगवेगळ्या शब्दांनी आणि वाक्यांनी वेगवेगळ्या वयात माझा पाठपुरावा केलेला आहे.

'पाढे म्हणणे' ह्या एका गोष्टीने माझा 'बालपणाचा काळ' सुखाचा होणार नाही, ह्याची खबरदारी घेतली. इंग्रजी पहिली ते तिसरी हिंदी भाषेनं छळलं. चौथीपासून शक्लृ पच मुच् रच् वच् विचचा चिखल मागं लागला. इंग्रजी सातवीचा काळ रेन मार्टिननं बाटवला.

त्यापूर्वी, म्हणजे मॅट्रिक होण्यापूर्वी भारताला स्वातंत्र्य मिळालं होतं. तेव्हापासून एक वाक्य तर जाता-येता पिडतंय. ते वाक्य म्हणजे, 'भारत एका संक्रमणावस्थेतून जात आहे.'

आणि आता गेली काही वर्षं 'स्त्रीमुक्ती' हा शब्द मुक्तपणे माझा पाठलाग करतोय.

ह्या शब्दाच्या अगोदर, 'सहकारतत्त्व', 'कृषिप्रधान', 'प्रतिष्ठान' ह्या शब्दांची पिलावळ भुणभुणत होतीच. 'सामाजिक बांधिलकी', 'साडेतीन टक्के', 'चौकटीतला लेखक' वगैरे भुतावळीनंही दमछाक केली.

पण 'स्त्रीमुक्ती' ह्या शब्दाची वेगळीच ताकद आहे. ह्या शब्दाचा वर्षाव व्हायला लागल्यानंतर रास्त करणासाठी जरी घरात आवाज चढवला तरी चोरटेपणा वाटू लागला. बरं. मुळातच आवाज चढवून चढवून कितीसा चढवणार? कोमल निषादावरून तीव्र निषादावर. निषादच. निषेधही नव्हे; पण तरीसुद्धा लगेच साखळदंडांनी जखडलेलं, लहानपणी मनावर बिंबलेलं भारतमातेचं चित्र डोळ्यांसमोर उभं राहातं. भारतमातेच्या ठिकाणी फक्त

स्वत:च्याच मुलांची माता दिसायला लागते. त्या क्षणी मला मी स्वत: चंगीझखान, सुमेरसिंग किंवा सोरटी सोमनाथाचं देऊळ लुटणारा कोणीही पैगंबर धर्मवाला आहे, असं वाटायला लागतं. घरातल्या तसबिरी नाहीशा होतात किंवा लावलेल्या फोटोंच्या ठिकाणी विद्या बाळ, अनिल अवचट, बाबा आढाव किंवा अप टू डेट मेकअप् केलेली छाया दातार दिसू लागतात. गोब्राह्मण प्रतिपालक शिवाजीमहाराजांचा पुतळा चिरंजीवांना रामराजाच्या भूमिकेसाठी गोवा हिंदूकडून अनेक वर्षांपूर्वी मिळाला आहे. त्या पुतळ्याची कधी नव्हे ती भीती वाटते. शिवाजी महाराजांचा चेहरा मध्येच बाबासाहेब पुरंदरे, भालजी पेंढारकर, गोनिदा किंवा ठाकरेंसारखा दिसायला लागतो. माझ्या मुलांच्या आईचा चेहराही त्या क्षणी कल्याणच्या सुभेदाराच्या सुनेसारखा दिसायला लागतो.

मी तीव्र निषादावरून कोमल निषादावर येतो. एकाही स्त्रीवर अन्याय होऊ नये म्हणून कायम ब्रह्मचारी राहणाऱ्या माझ्या मित्राची मला आठवण येत राहाते. आज वाट्टेल ते करून त्याला भेटायचं असं ठरवल्यावर मला बरं वाटतं.

तोच म. टा.चा अंक दरवाजाच्या फटीतून आत सरकतो. अंतुले आणि आदिक ह्या देवमाणसांच्या बातम्यांनी दिवसाची मंगलप्रभात होते. हाजी मस्तान किंवा तत्सम गुंड दबाव आणून तुरुंगातून निसटलेले असतात. प्राध्यापकांवर हल्ला करणारे विद्यार्थी, पोलीस इन्स्पेक्टरला मारणारे कैदी, दहा दहा वर्षे पेन्शन न मिळालेला एखादा कर्मचारी, खराब बांधकामापायी कोसळलेल्या इमारतीचा फोटो, इत्यादी बातम्यांबरोबरच, मँचेस्टरमध्ये सत्यनारायण, न्यूयॉर्कमध्ये मुलाची मुंज करणारं एखादं जोडपं, कॅलिफोर्नियात गीतरामायण अशा बातम्या वाचत वाचत, नऊ वर्षांपासून साठ वर्षांपर्यंत वयाचे हरवलेले, घर सोडून गेलेले महाभाग, हे वाचायचं. एका बाजूला हे चित्र, दुसरीकडे 'टूरटूर'चा दोनशेवा प्रयोग, मेलडी मेकर्सचा पाचशेवा प्रयोग यांसारख्या जाहिराती आणि पंतप्रधानांनी 'कोणतंही दडपण सहन केलं जाणार नाही,' असं केलेलं भाषण, हे सर्व वाचून, 'देश कुठे चालला आहे?' – असं म्हणत आपण आंघोळीला जाणं, ही रोजची सकाळ. ह्या सर्व बातम्या वाचून जर मन विषण्ण झालं नाही तर वर्षोन्‌वर्षं गाजलेल्या, पत्नीला, सुनेला जिवंत जाळणारे आणि तरीही कोर्टात तसं शाबित न झाल्यामुळे निर्दोष सुटलेले नवरे, सासरे, दीर व सास्वा ह्या बातम्या असतातच.

त्या दिवशी मात्र मी खडबडून जागा झालो. हे सगळं कुणीतरी थांबवलं

पाहिजे असं तीव्रतेनं वाटून गेलं. स्त्रीमुक्तीच का? – खरं तर सगळा समाज मुक्त व्हायला हवा. कशापासून? स्वार्थी पुढाऱ्यांपासून. बरबटलेल्या कायद्यापासून. दिरंगाईनं ग्रासलेल्या कोर्टकचेऱ्या, कज्जांपासून. गुंडांना विकल्या गेलेल्या पोलिसांपासून. सोनं, चांदी, पैसा-अडका ह्या मोहापायी सडलेल्या मानसिक रुग्णांपासून.

माणूस निर्भय व्हायला हवा. मुक्तीचा खरा अर्थ प्रत्येकाला समजला तर कुणीच कुणावर जबरदस्ती करणार नाही.

ह्या सर्व प्रांतात आपल्याला काय करता येईल ह्याचा विचार करीत मी बाथरूममध्ये गेलो. शॉवरखाली उभा राह्यलो. समोर लिरीलचा साबण वेष्टनासकट पडलेला. ती वडी हातात येताच लिरीलवरची देखणी बाई हसली. तिचं मग टी.व्ही.वरचं दर्शन आठवलं. साबणाच्या फेसात हरवलेली आणि कोसळणाऱ्या धारांखाली चिंब झालेली ती ओलेती फक्त खांदेच दाखवून नाहीशी होते, हे आठवलं. मन हरवलं. लगेच दुसऱ्या मनानं बजावलं, 'मूर्ख, अविचारी माणसा, तुला जर काही कार्य करायचं असलं तर ह्या जाहिरातींचा परामर्श घे. पुरुषांच्या पाशवी भावनांना उधाण आणण्याचं कार्य, युगानुयुगं ह्या जाहिराती करीत आहेत आणि स्त्रियाच त्या जाहिरातींना मदत करताहेत.'

आंघोळ आटोपती घेऊन मी बाहेर आलो. तेवढ्यात केरवारे करायला रोजची मोलकरीण सखू आली. तिचा चेहरा आज उतरलेला वाटला. तीन मुली आणि दोन मुलांचा संसार करून शिणलेली ती बाई. एकदम वाटलं, हिलाच मुक्त करावं.

"काय सखू, कशी आहेस?"

"बेस चाललंय, मालक. दामल्यांकडचं कामबी मिळालं."

"काम करणाऱ्या माणसाला काम मिळतंच, सखू, पण तू नवं काम करणार कधी?"

"दुपारच्याला करनार."

"सखू, घर किती वाजता सोडतेस?"

"साहेब, घड्याळ बगायला पण टाइम नसत्यो बघा."

"आज किती वाजता आलीस?"

"झोपडपट्टीची जरा भानगड हाय. उशीर झाला."

"म्हणजे काय ?"

"नवीन दादा आलाय्. झोपडीमागं रुपया जास्त मागतोय्."

"तुम्ही दोनशे माणसं एकट्या दादाला ठोकत का नाही? तुमचे मालक काय करतात?"

"साहेब, त्यो लई मोठा दादा हाय. त्येच्या पाठीशी मोठी माणसं हायेत."
"तुझ्या नवऱ्याला पाठवून दे, मी बोलतो त्याच्याशी."
"मी नाय सांगायची."
"का?"
"भांडण हाय."
"का गं बाई, भांडण का? मारामारी का?"
"व्हय."
"तुला नवरा मारतो का?"
"मारतो की."
"मग सरळ घर सोड आणि इथं राह्यला ये."
सखू काही बोलली नाही.
"मी काय म्हणतोय?"
"नवऱ्यानं बायकोला मारायचंच असत्यं. त्यो दादला हाय्. त्येचा अधिकार हाय्. आमच्यात मारहान् असत्येच बगा."
"तू नोकरी करून पैसे कमवतेस. स्वत:च्या पायावर उभी आहेस. तरी मार खातेस?"
"नंतर त्यो गुडघे पन् टेकतो की."
"स्वार्थ म्हणून. गुडघे टेकतो आणि पाळणा हलतो." सखू लाजली आणि केरसुणी उचलत म्हणाली, "आमाला येवढी पोरं नस्ती झाली तर कॉलनीला कामं करायला मानसं गावली असती का?"
सखूनं माझा केवढा तेजोभंग केला हे तिच्या गावीही नव्हतं. मुक्तीचा क्षण आपल्या जवळ येऊन गेला, हे तिला कळलंही नव्हतं. नवऱ्याचा मार हा तिला अपमान वाटत नव्हता. आंतरराष्ट्रीय राजकारणात एका स्त्रीची मान ताठ राह्यली की उरलेल्या सगळ्या स्त्रियांची मानहानी झाली तरी चालेल, असं काही आहे का?

मी कामावर आलो आणि सुटकेचा श्वास सोडला. माझी नेहमीची स्टेनो समोरून आली. आमच्याच खात्यातला एक काकतकर नावाचा टायपिस्ट तिला छळतो आणि त्याला गाडगीळ नावाच्या त्याच्या मित्राची साथ आहे, अशा अनेक तक्रारी माझ्या कानांवर आल्या होत्या. सभ्य माणसांचे बुरखे पांघरून हे दोन कावळे अवांतर भानगडी पण करत असत. आज ह्या दोघांची ट्रान्स्फर करून मी स्टेनोची मुक्तता करणार होतो. स्टेनोग्राफर शिकलेली आहे. आपला मुक्तीचा क्षण जवळ आलाय् हे तिला नक्की समजेल.

मी तिलाच डिक्टेशनला बोलावलं. त्या दोन कावळ्यांची बदली केल्याचा मजकूर लिहून घेताना तिच्या चेहऱ्यावरचे भाव मी न्याहाळणार होतो.
पण झालं भलतंच.
सखू काय, स्टेनो काय,
दोनीमंदी फरकच नाय्.
डिक्टेशन अर्ध्यावर थांबवून ती म्हणाली,
''साहेब, तुम्ही माझ्यासाठी काही खटपट करीत असाल तर मी सांगते, डोण्ट वरी. त्या दोघांना किती अंतरावर ठेवायचं ते मी जाणते. माझं रक्षण करायला मी समर्थ आहे. ओ. के.?''

ओके काय?
आता बोंबला! स्त्रीमुक्ती कशी करायची?
सगळा दिवस ह्याच चिंतेत गेला.
संध्याकाळी घरी जायला निघालो. वरळी नाक्याजवळ कुणीतरी हात केल्यासारखं वाटलं. मी मोटारसायकल थांबवली. हात करणारी व्यक्ती हाताच्या अंतरावर आली तरी मी पटकन ओळखलं नाही.
''मी प्रतिभा.''
''प्रतिभा म्हणजे?''
''पूर्वाश्रमीची ओक. आता नित्सुरे.''
''माय गॉड!....''
''गॉड वगैरे नंतर. मला प्रीतम हॉटेलजवळ सोडणार का?''
''जरूर. बस मागे.''

ही ओकांची प्रतिभा? एकेकाळची ही काकूबाई. सकाळ-संध्याकाळ आमच्या घरी येऊन मुळूमुळू रडायची ती हीच? अर्थात हिची त्यात काहीच चूक नव्हती. बाप कजाग, खवीस. रोज हिच्या आईला बडवायचा. प्रतिभा त्या रणांगणात सापडली तर तिलाही तडाखे बसायचे. तेव्हाची प्रतिभा खरी की आत्ताची अल्ट्रा मॉडर्न प्रतिभा खरी?
मी तिला प्रीतमजवळ आणलं.
''आत येतोस? काहीतरी घेऊन जा. मला आता वेळ आहे.''
''चल. हा सगळा काय प्रकार आहे?''
''आधी आत ये, मग सगळं बोलू.''
आम्ही आत गेलो.

"आता बोल, काय घेणार?" प्रतिभानं विचारलं. तिच्या पारदर्शक साडीकडे आणि बिनबाह्यांच्या ब्लाऊजकडे पाहत मी विचारलं,
"कुणी कुणाला विचारायचं?"
"मीच तुला विचारणार. पुरुषांनी बायकांना हॉटेलात नेण्याचे दिवस संपलेत. बिअर मागवते. चालेल?"
प्रतिभानं बिअर मागवली.
"आता सांग."
"अरे, आमची आत्ता समोर ब्रॉडवेच्या ए. सी. हॉलमधे मीटिंग आहे."
"ए. सी. म्हणजे?"
"एअरकण्डिशण्ड."
"कसली मीटिंग?"
"स्त्रीमुक्तीच्या संदर्भात."
"ओ ऽ ऽ हो."
"टिंगल करू नकोस. आजच विदर्भात तीन बायकांवर सामुदायिक बलात्कार झाला आहे. आमच्या मंडळानं ह्या प्रकरणाची गंभीर दखल घ्यायचं ठरवलं आहे."
"जरूर घ्यायला हवी; पण कशी घेणार?"
"इंदिराजींना एक खरमरीत पत्र पाठवणार. आजच्या मीटिंगमधे सगळ्याची सांगोपांग चर्चा होईल. मग सगळ्याजणी इथंच डिनरला येतील."
"सगळ्याजणी येतील म्हणजे?"
"मी डिनरमध्ये नसते. डाएटिंगवर आहे."
"बिअर चालते?"
"डिनरऐवजी – आणि तू आता इतक्या वर्षांनी भेटतोयस तेव्हा...."
"प्रतिभा, तू आज भेटलीस ते छान झालं."
"का?"
"स्त्रीमुक्ती विषयावर मी सारखा आज सकाळपासून विचारच करतोय्. कुणीतरी हे त्रांगडं..."
"त्रांगडं म्हणू नकोस. तुमच्यासारख्या पुरुषांनीच खरं तर ह्या विषयाची टिंगल...."
"बाय गॉड, टिंगल करीत नाही. मला गंभीरपणे कुणीतरी हे सगळं समजावून सांगायला हवंय."
"मी सांगते. तुला काय हवंय?"
"स्त्रीमुक्ती ह्याचा अर्थ. व्याकरणातला अर्थ नकोय. तुम्हा सगळ्या बायकांना

मुक्ती कुणापासून हवी आहे?''
"अरेरावी पुरुषप्रधान समाजरचनेपासून. सगळीकडे स्त्रियांची गळचेपी चालली आहे.''
"सगळीकडे म्हणजे?''
"शहरातली स्त्री तर तुझ्यासमोर आहे की.''
"कुठाय?''
"नोकरीवरच्या बायका तू बघत नाहीस का? तुझ्या ऑफिसात एकही स्त्री नाही का?''
"मुबलक आहेत.''
"त्यांचे हाल, दु:खं कधी तू जाणून घेतलीस?''
"दिसले असते तर हाल जाणून घेतले असते. छानपैकी प्युअर सिल्कच्या साड्या नेसून कामावर येतात. भिशीत मेंबर होतात. चकाट्या पिटतात. स्वेटर्स विणतात, महिन्याकाठी केव्हातरी हॉटेलात जेवतात, हप्ते भरून उपनगरात फ्लॅट घेतात. फ्रिजपासून टी. व्ही.पर्यंत घरात सबकुछ आहे.''
"वरिष्ठ अधिकाऱ्यांचा छळ?''
"अधिकारीच तसा असेल तर पुरुषांचाही छळ होतोच की.''
"स्त्री म्हणून सहकाऱ्यांच्या नजरा...''
"प्रतिभा, बऱ्याच वर्षांची ओळख आहे आपली म्हणून स्पष्ट विचारतो. तुझ्या अंगावरचा आत्ताचा पेहराव आम्ही पुरुषांनी दुर्लक्ष करावं असा आहे का सांग?''
"यू आर ए नॉटी बॉय. माझा आवाजच बंद केलास.''
"आवाज बंद करायचा म्हणून बोललो नाही. पुरुषही वाट्टेल त्या बाईच्या वाटेला जात नाही. आपल्यातली शक्ती स्वत: बाईच विसरते...''
"ही पुरुषांची छापील मतं मलाही पाठ आहेत. बलात्काराच्या केसेस किती वाढल्या आहेत ते...''
"अगं, एकूण लोकसंख्या किती वाढली ह्याचा विचार कर की, चोऱ्या वाढल्या, दरोडे वाढलेत, खुनांचं प्रमाण वाढलंय्...''
"आमचं कार्य फक्त स्त्रीमुक्ती...''
"हो, मुख्य राह्यलंच. सांग पुन्हा मुक्ती कुणापासून?''
"मघाशीच म्हणाले. समाजात स्त्रीला वावरायची चोरी झाली...''
"प्रतिभाबेन, प्रीतमसारख्या ग्रेड वन हॉटेलात तू एका परक्या पुरुषाबरोबर झकासपैकी बिअर घेत आहेस. आत्ता समाज, समाज म्हणतेस तो मधे येतोय् का? सांग.''

“मी स्वतःच्या मर्जीनं आणि स्वत:च्या पैशानं पितेय, समाजाचा संबंध काय? माझा नवराच फक्त मला ह्याचा जाब विचारू शकतो.”
“तुझा नवरा आणि माझी बायकोसुद्धा.”
“तू तर चांगला पुरुष आहेस. मुक्त आहेस.”
“तरीही तुझ्यासारख्या अल्ट्रा मॉडर्न बाईबरोबर ही अशी बिअर घ्यायची म्हणजे, ती वाभाडे काढल्याशिवाय राहील काय?”
“फक्त वाभाडे काढील. पुढे काय करील?”
“पुढे काय करणार? गप्प बसेल.”
“अशाच बायकांना मुक्त करायचं आहे. तुला तसं ती म्हणत असेलही.”
“माझ्याकडे ती मुक्ती वगैरे मागत नाही. तिला नेसेसरीली सहावारी साड्या लागतात. मुंबई पालथी घालून त्या मिळवाव्या लागतात. तिला अधूनमधून हिंदी सिनेमे आणि असल्याच हॉटेलमधून जेवणं दिली की ती प्रसन्न असते. मुक्ती मिळाल्यावर जे जे करायचं आहे, ते ती सगळं आत्ताच करते. मग...”
“आलं लक्षात.”
“तू प्रथम तुझ्या बापापासून आईचीच मुक्ती का करीत नाहीस? बिचारी मार खाऊन खाऊन...”
प्रतिभा पटकन म्हणाली,
“दॅट इज टोटली अ डिफरंट इश्यू. त्या विषयावर मी विचारही करायचा सोडून दिलं आहे. अजितही म्हणतो, दॅट इज द राईट थिंग यू आर डुईंग.”
“अजित कोण?”
“माझा नवरा.”
“अरे वा, बहोत अच्छे.”
“अजितच्या बाबतीत मी फार लकी आहे. त्याला माझी एकूणएक मतं पटतात.”
“तुझ्या ह्या वुमन लिब् चळवळीला त्याचा पाठिंबा आहे का?”
“ऑफ कोर्स. मी, आमची मोलकरीण, स्वयंपाकीण आणि मुलांना सांभाळणारी आया, एवढ्या बायका वगळल्या तर सगळ्या स्त्रिया मुक्त व्हायला हव्यात, इतकी त्याची परखड मतं आहेत. आम्हाला चौघींना तो सोडायला तयार नाही. दॅट वे ही इज व्हेरी प्रॅक्टिकल अँड आय ॲप्रिशिएट हिज व्ह्यूपॉइंट.” बिअर संपवीत प्रतिभा म्हणाली.
“तुझा नवरा खरा पिळवणूक करणारा आहे. तू प्रॅक्टिकल म्हणतेस, पण त्याच्या गरजांसाठी तो चार स्त्रियांना राबवतोय. तुझं पहिलं बंडाचं निशाण...”
“अजितविरुद्ध? व्हाय फॉर? त्याच्याकडून मला हवं ते सगळं स्वातंत्र्य मिळतं.

शेवटी, समाज आपल्या आड येत नाही. हवं ते स्वातंत्र्य घरातल्या माणसांजवळच मागायचं असतं. तेही अंडरस्टँडिंगने. मग कॉन्फ्लिक्ट आलाच कुठे?''

मी गप्प बसलो.

प्रतिभा तिच्या नावाला साजेल असं शेवटी अनवधानानं खरं बोलली. तेही बहुतेक बिअरमुळे असेल. शुद्धीवर येईल तेव्हा काय करील?

खांद्यावरच्या पदराची काळजी करणार नाही. पर्समधून आरसा, कंगवा, लिपस्टिक काढेल आणि इंदिराजींना निषेध खलिता पाठवायला ए. सी. हॉलमध्ये जाईल.

मी घरी परतलो तर नीतानं फोन करून विचारलं,

''तुमच्या मुलीला आता खऱ्या डिलिव्हरी पेन्स सुरू झाल्या आहेत. तासाभरात मोकळी होईल. बोला, नात हवी की नातू?''

मी गप्पच राह्यलो. 'नात हवी' म्हणालो तर बिचारी पुरुषप्रधान संस्कृतीत बळी ठरणार. 'नातू हवा' म्हणालो तर तोच गळचेपी करणाऱ्यांपैकी एक ठरणार. काय सांगू?

■

माझं लेखन कशासाठी?

माझं लेखन कशासाठी?
प्रश्न सोपा असतो. प्रश्नाप्रमाणे उत्तरं सोपी असती तर? पण तसं नसतं. तसं कधीच असणार नाही. कुणी कुणाला कोणता प्रश्न विचारावा, ह्यालाही काही हिशोब नसतो.

शाळेत रमतगमत जाणारा एखादा मुलगा, रस्त्यावरच्या विजेच्या खांबावर दगड मारीत मारीत जात असतो. प्रश्न विचारणारी माणसं कधीकधी त्या मुलासारखी असतात.

त्या मुलाला तो खांब तोडायचा नसतो आणि दगड मारल्यामुळे होणाऱ्या आवाजातही त्याला काही इंटरेस्ट नसतो. जर काही हेतू असलाच तर नेम बरोबर लागतो की नाही, इतकंच बघणं हा हेतू असेल.

प्रश्न विचारणारी माणसंही खडा टाकून बघणारी असतात. ती प्रश्न टाकतात. उत्तर देणारा कधीकधी अंतर्बाह्य ढवळून निघतो, ह्याची त्यांना दखल नसते; कारण त्यांचं नातं वर्तमानकाळाशी असतं. त्यांना दोन घटका बऱ्या जायला हव्या असतात. उत्तर देणारा मात्र कधीकधी फुलत, मोहरत भूतकाळात जातो, तर कधीकधी होरपळत होरपळत एका दु:खाकडून जास्त जुन्या दु:खाकडे जात राहतो.

प्रश्न विचारणाऱ्याचं इंटरेस्ट इंटरेस्टिंग उत्तरात असतं. तुमच्या मनाला प्रथम वणव्याची धग कधी लागली ह्याच्याशी त्याला कर्तव्य नसतं. तुम्हाला केवळ एका प्रश्नानं इतका वेडा मोहर का फुटला, हेही त्यांना कळत नाही.

'ऐकलं होतं इतकं सनसनाटी काही नव्हतं,' ह्याचा क्वचित केव्हातरी खेदच ऐकणाऱ्याला वाटतो.

मागच्या एका लेखात म्हटल्याप्रमाणे,
मान्य करा अथवा करू नका, माणसाला सतत काही ना काही थरारून
टाकणारं हवं असतं.
'माणूस.'
कोणतीही व्याख्या, गणित, न्यायशास्त्र, मानसशास्त्र आणि तर्कशास्त्र ह्या
सगळ्यांतून 'निसटण्याचं शास्त्र' शिकल्याप्रमाणे पळणारा वा निसटणारा प्राणी.
वर्तमानपत्रातील भयानक बातमी वाचून तो थरारतो. खून, आत्महत्या म्हटलं
की हळहळतो. महापुराच्या बातम्या पाहून तो परमेश्वराचा उद्धार करतो.
अत्याचार, बलात्कार, लाचलुचपत, खुर्चीसाठी पागल झालेले पुढारी पाहून
त्याची झोप उडते. तो शिव्यांची लाखोली वाहतो. पुढाऱ्यांचं रोज वस्त्रहरण
करणाऱ्या आर. के. लक्ष्मणचा घरातल्या घरात सत्कार करतो.
आणि हाच माणूस पेपर उघडल्याबरोबर जर ह्यांपैकी काही सापडलं नाही तर
म्हणतो,
'आज पेपरमध्ये काहीच नाही.'
ह्यांतला कोणता माणूस खरा? कोणता खोटा?
माणसाच्या वृत्तीचं नातं, एकूणच त्यांचे संस्कार, घराणं, विचार, आचार,
शिक्षण, इतिहास, परंपरा ह्या मोठमोठ्या शब्दांशी जोडायचं, की फक्त चालू
वर्तमानकाळाशी?
हिचकॉकचं एक पिक्चर. त्या चित्रपटाचं नाव बहुतेक Strangers on The
Train असावं. त्यातला एक प्रसंग. एक माणूस एका व्यक्तीला रस्त्याच्या
बाजूच्या हिरवळीवर गळा दाबून ठार मारतो. आपण डास मारतो इतक्या
अलिप्तपणे. नंतर तो हात झटकतो आणि पुढच्या क्षणी एका आंधळ्या
माणसाला रस्ता क्रॉस करण्यासाठी मदत करतो. ह्यांतला कोणता माणूस
खरा?
हिचकॉक ह्याचं उत्तर देत नाही. तो फक्त एक Situation आपल्याबरोबर
मांडतो आणि नामानिराळा होतो.
मला हे नामानिराळं होणं हे प्रकरण साधलं नाही. ही सर्कस ज्यांना जमली
त्यांना मी प्रतिभावंत मानीत आलो. ह्या कसरतीला साहित्यिक भाषेत म्हणतात,
'कलात्मक अलिप्तता.'
हे त्रांगडं समजलं, पण जमलं नाही. दोन चाकी सायकल जेमतेम चालवू
शकणारा मी. म्हणूनच सर्कसमध्ये एकचाकी सायकल चालविणाऱ्या जपानी
की चिनी *(ते तरी कुठं समजतं?)* पोरीचं अमाप कौतुक वाटतं.
कलात्मक अलिप्तता म्हणजे मला अशीच सर्कस वाटत आली.

लोभसवाणी, कौशल्यपूर्ण, पण न जमणारी.
मला हे का जमलं नाही, हा प्रश्न मी सतत विचारीत राहतो. उत्तर मिळालं नाही. इतर लेखकांच्या 'जमलेल्या' कथा जेव्हा जेव्हा वाचत आलो तेव्हा तेव्हा स्वत:चा खुजेपणा जाणवत राह्यला. अगदी अलीकडे मी प्रभाकर पेंढारकरांची 'रारंग ढांग' कादंबरी वाचली. तेव्हा असाच बेचैन झालो. आपल्या हातून असं लिखाण होणार नाही, ह्या विचारानं उदास झालो. अशा प्रत्येक कोसळत्या क्षणी मी 'माझं लेखन कशासाठी?' हा प्रश्न स्वत:ला विचारला आहे. माणूस जेव्हा स्वत:लाच एखादा प्रश्न विचारतो तेव्हा पळवाट सापडत नाही. कारण तो प्रश्न खांबावर मारलेल्या दगडासारखा नसतो. निर्जीव खांबालाही जर, आघात केल्याबरोबर कान लावला तर उडालेला थरार आणि कंपनं, विरून जाईपर्यंत जाणवत राहतात, मग संवेदनक्षम माणसावर स्वत:नेच विचारलेल्या प्रश्नाचा आघात होतो तेव्हा?
माझं लेखन कशासाठी हा प्रश्न तर असाच आघात करणारा आहे; कारण, लेखनाचं प्रयोजन शोधायचं ठरवलं तर मूळ जगण्याचंच प्रयोजन शोधायला हवं. आयुष्य आहे तोपर्यंत जगायला हवं, असं तर प्रत्येकजण म्हणतो. आणि तरीदेखील जगण्याचं प्रयोजन शोधण्याचा प्रत्येकाचा प्रयत्न दिसतो. सामान्यांतली सामान्य माणसंही, 'मुलाचं शिक्षण होऊ दे, मग नोकरी, टाळक्यावर आता चार अक्षता पडू देत आणि शेवटी नातवाचं तोंड पाहू दे,' ह्यासारखी चाकोरीबद्ध अटळ प्रयोजनं आणि प्रलोभनं शोधत असतात. चाकोरी सतत 'कोरी' ठेवायचा प्रयत्न करतात. ह्यात माणसांची काहीच चूक नाही. मुलाबाळांनी भरलेला संसार हा ज्या प्रवासाचा प्रारंभ आणि शेवट आहे त्याचा स्वीकार केल्यावर वेगळं आयुष्य वाट्याला कसं यावं?
त्यातही सत्तर ते ऐंशी टक्के लोकांना प्रयोजन शोधण्याची गरजच वाटत नाही. Survival For Existance ह्यातच त्यांची इतकी शक्ती खर्च होत असावी की जरा मान उंच करून, दृष्टी पल्याड न्यावी, काही वेगळ्या दिशेचा शोध घ्यावा, ह्याची त्यांना भूक नसते, जाणीव नसते. अपुऱ्या जागेत फळीवरचा छोटासा देव्हारा त्यांना आधारासाठी पुरतो आणि वर्षाकाठी सत्यनारायणाची पूजा, उरलेल्या 'ॲरिअर्स'साठी बास होते. सर्व विपरित घटनांची उत्तरं 'प्रारब्ध' ह्या शब्दात त्यांना मिळतात.
ही तमाम जनता सुखी.
पण ह्यापलीकडे थोडी जास्त जिज्ञासा जागी झाली, आयुष्याचा अर्थ शोधण्याची धडपड सुरू झाली की न संपणारी प्रश्नमाला सुरू.
मी अमुक अमुक गोष्ट का करतो, ह्याचा शोध घ्यावासा वाटला की सुख

संपलं.

हे झालं चार सामान्य माणसांबाबत.

ज्यांना आपण कलावंत, प्रतिभावंत, काही ना काही निर्मिती वगैरे करू शकणारे मानतो, त्या माणसांचं आयुष्यही कितपत असामान्य वा वेगळं असतं?

असामान्यतेचीही चाकोरी होत नसेल का?

वास्तविक सामान्य माणसांना जी माणसं काही एका वैशिष्ट्यामुळे असामान्य वाटतात, त्या माणसांचं तेवढ्यापुरतं वेगळेपण मान्य केलं तर त्यांचंही उरलेलं सत्तर-ऐंशी टक्के आयुष्य चार सामान्य माणसांसारखंच असतं. आई, बाप, मुलं, बाळं, पै-पाहुणे, आजारपणे ह्यांसारख्या प्रापंचिक गोष्टींपासून त्यांचीही सुटका नसते.

इतर थोर थोर मंडळींबद्दल मला तशी माहिती नाही. तरीही माझ्याभोवती असलेल्या इतर कलावंतांचं मी जे आयुष्य पाह्यलं, ते असंच चार-चौघांसारखंच चाललेलं पाह्यलं.

मी तर ह्याला मुळीच अपवाद नाही.

लेखन हा मला खरोखरच अपघात वाटतो. लेखक व्हायचं असं मी ठरवलेलं नव्हतं. जी मुलं असं ठरवतात त्यांची ती धडपड खूप केविलवाणी वाटते. मी तर तसं काहीच ठरवलेलं नव्हतं. वेगवेगळ्या माणसांकडे लक्ष मात्र सातत्यानं होतं. माणसांचं बोलणं आणि वागणं ह्यांत एक प्रचंड दरी असते, हे मला त्या मानानं खूप लवकर जाणवलं. नेमक्या कोणत्या माणसामुळे मला ते जाणवलं हे सांगता येणं कठीण आहे. आयुष्यातल्या पुष्कळ महत्त्वाच्या वळणांचा उगम नेमकेपणानं टिपता येत नाही, हेच खरं.

ही विसंगती प्रारंभी कधी ध्यानात आली हे जसं समजलं नाही, त्याप्रमाणे नंतर मग ह्याच विसंगतीचा शोध घेण्याची सवय कधी लागली हे पण आता सांगता येणार नाही. प्रथम प्रथम माणसांच्या दुटप्पी वागण्याचं कमालीचं आश्चर्य, मग त्याचा खेद, त्यानंतर उद्रेक अशा क्रमानं, टप्प्याटप्प्यानं प्रतिक्रिया व्यक्त होत राह्यली. ह्या सगळ्या माणसांचं आणि त्यांच्यामुळे येणाऱ्या अनुभवांचं काय करायचं, असा प्रश्न पडायचा; पण एके दिवशी अचानक, आंधळी-कोशिंबीर खेळताना जसं घडावं तसं घडलं. आपण हवेतल्या हवेत हात फिरवावा आणि अचानक एखादा भिडू सापडावा तसं घडलं.

लेखनाची दिशा गवसली.

माणसं जशी वागतात तशीच्या तशी कागदावर अवतरू लागली. ती अशी का वागतात ह्याचा तर्कशुद्ध विचार करायची पात्रता, शक्ती व व्यासंग नव्हता.

म्हणूनच त्या काळातल्या कथा उभ्या राह्यल्या नाहीत.

केव्हातरी, माणसं असं का वागत असतील, ह्या प्रश्नानं विचार करायला लावला. पण पुन्हा नेमक्या कोणत्या दिवशी वा कोणत्या प्रसंगानं तो विचार करायला लावला, हे सांगता येणार नाही. पण त्यामुळं फरक पडला एवढं नक्की. माणसांच्या बोलण्याचालण्यावरून त्यांना लेबलं लावायची जी सवय होती ती कमी झाली. तो ह्या पद्धतीनं वागतो त्याला तसंच जबरदस्त कारण असलं पाह्यजे, असा मी विचार करायला लागलो. कालांतरानं ती कारणपरंपरा शोधायची चटक लागली. कधीकधी हा शोध आपोआप लागत होता, तर कधीकधी अंदाजानं केलेले शोध खरे, अचूक ठरत होते. त्यानंतर केव्हातरी ध्यानात आलं की, आपल्याला वाटलं होतं, माणसांच्यात मोजता येणार नाहीत एवढे नमुने आहेत; पण तसं नव्हतं. काही मोजक्याच गोष्टींसाठी आणि स्वार्थासाठी माणसं धडपडतात. स्वार्थ पुरा करण्यापर्यंत कोणत्या टोकापर्यंत जायचं ह्यात प्रकार असतील, म्हणजे आहेतच. अमानुषतेचा शेवटचा प्रकार म्हणजे खून वगैरे करणाऱ्यांचा. त्या हकिकती आपण वाढत्या प्रमाणात रोज वर्तमानपत्रांतून वाचतच आहोत. पण हे अपवाद वगळले तर बाकीचे स्वार्थ असून असून किती असतील?

शेकडा नव्वद टक्के माणसं निव्वळ आर्थिक स्वार्थ साधत असावीत, ह्या एका प्रलोभनातच आयुष्यातले उरलेले सगळे आनंद सामावलेले आहेत. सत्तेपासून स्त्रीसुखापर्यंत सगळे. ज्या हिंदू धर्मात मी जन्म घेतला, त्या धर्माच्या स्वर्गप्राप्तीच्या ज्या कल्पना आहेत, त्याही मद्यपान आणि अप्सरांचा सहवास ह्यांपलीकडे नाहीत.

हिंमतवाल्या माणसांना ती सुखं इथंच उपभोगायला मिळतात. थोड्याफार ह्याच सुखाच्या आसपास इतर सुखं वावरत असतात आणि बहुतेकांची धडपड अशाच कोणत्या तरी सुखामागे पळण्यात चाललेली दिसते.

एखाद्या कलेवर प्रभुत्व, निपुणता ह्यांतूनही मिळवायचं काय?

तर नावलौकिक, प्रसिद्धी, समाजात स्थान, पैसा, सुबत्ता आणि पुढची सुखं वैयक्तिक कुवतीनुसार.

मद्यपान हा आता प्रतिष्ठेचा विषय झाला; त्यामुळे त्या व्यसनाबाबत चर्चा होत नाही. स्त्रीसुखाच्या प्राप्तीसाठी तुम्ही किती बेडर होऊ शकता, हाच प्रश्न आहे. काहीतरी गमावण्याची तयारी ह्या एका सुखासाठी ठेवावी लागते. अशा प्रकारच्या सुखासाठी तुम्ही स्वर्गप्राप्तीचा ध्यास घेतलात तर वावगं नाही, पण स्वर्ग पृथ्वीवर आणायचा नाही.

माझ्या अवतीभवती मी हाच समाज पाह्यला. दुसऱ्या माणसाला पाच नया

पैशालाही न फसवणारी माणसं पाह्यली. त्याचप्रमाणे ज्यांच्या जीवावर, प्रतिभेवर लाखो रुपये मिळाले, त्या लेखकांना, चित्रकारांना, गायकांना हातोहात फसविणारे निर्माते, खोटे हिशोब देणारे व्यापारी, दुकानदारही पाह्यले. इतरांना राजरोस टोप्या घालणाऱ्या माणसांची ऊठबस समाजातल्या मान्यवर, प्रतिष्ठित माणसांतही अबाधित राह्यल्याचं दिसतं. हे एक प्रकारे खुनीच. अशा माणसांचं तुम्ही काय कराल?

फक्त लेखनातून परामर्श घेता आला तरच.

प्रारंभीच्या काळात छापलेल्या मजकुराचा विलक्षण मोह होता. समोरचा माणूस आपण टिपू शकतो, ह्याचा कैफ होता. आपण वेगळे आहोत असं अधूनमधून वाटायचं. आर्थिक लाभ त्या काळात शून्य होता. पहिल्या साठ ते सत्तर कथांना मानधन पण मिळालं नाही; पण चार मित्र घरी जमत होते. सातत्यानं हिरीरीनं वाचन चालायचं. चर्चा रंगत असत. थोडं-फार लेखन होत होतं. दर रविवारच्या साप्ताहिक बैठकीत त्याची चिरफाड होत होती. स्वत:च्या कथा छापून आलेले अंक स्वत:लाच विकत घ्यावे लागत होते.

पण एक विलक्षण झपाटलेपण त्या काळापासून सुरू झालं. माणसांबरोबरच वेगवेगळ्या घटना कशा घडतात, त्यांचा मागोवा घ्यावासा वाटू लागला आणि ह्या सर्व उपक्रमांतूनच आपण इतरांपेक्षा वेगळा विचार करू शकतो, ह्याचा आनंद मिळत गेला.

माणसांच्या विचित्र वागणुकीचा त्रास होत राह्यला; पण नवल वाटेनासं झालं. लेखन हा त्या काळापासून फार मोठा विसावा ठरला. महापालिकेत आयुष्याची सत्तावीस वर्षं गेली. ह्या निमसरकारी संस्थेनं, तिथल्या लहरी अधिकाऱ्यांनी आणि केवळ खुर्चीचा विचार करणाऱ्या अनेक नगरसेवकांनी सतत सत्तावीस वर्षं माझ्यातली चीड कायम ठेवली. अन्याय्य, अनागोंदी कारभारानं खूप अंतर्मुख व्हायला शिकवलं. अनेक उडाणटप्पू माणसांना पोसणाऱ्या ह्या संस्थेनं मला माणसांचे कितीतरी नमुने पेश केले. लेखणी वाहत ठेवली. प्रत्येक गंभीर घटनेकडे एक डोळा बारीक करून बघायला शिकवलं. ह्या सर्व प्रवासात महापालिकेनं जे शिकवलं, त्याला तोड नाही. लेखणीचं वरदान लाभलं नसतं तर स्वत:चं वेगळं आनंदाचं विश्व निर्माणच करता आलं नसतं. सत्तावीस वर्षांच्या नोकरीत मी अनेकदा ऊरी फुटलो असतो.

कॉर्पोरेशनकडून वाहनभत्ता घेऊन स्वत:चं वाहन पुण्याला ठेवणारा ऑफिसर मी ह्याच यंत्रणेत पाह्यला. तो सिंहगड एक्सप्रेस किंवा सिकंदराबाद अशा कोणत्याही गाडीने पुण्याला पळत असे. तो ऑफिसर जाग्यावर सापडणार नाही, हे गृहीत धरून त्याच्यावर कारवाई न करणारे सुमारे दहा-बारा

त्याच्याहीवरचे ऑफिसर्सही पाह्यले. स्वत:कडे कर्तृत्व असतानाही ऑफिसरपुढे गोंडा घोळणारी आणि मित्रांची नालस्ती करणारी माणसं मला इथंच भेटली. कलावंतांची प्रसिद्धी झोंबणारे आणि म्हणूनच हाताखालच्या माणसांबद्दल आकस ठेवणारे महात्मे महापालिकेनंच दाखवले. पैसे खाणाऱ्यांबद्दल तर काय बोलावं? जसं त्यांच्याबद्दल बोलून उपयोग नाही, त्याचप्रमाणे कंत्राटदारांपुढे मिंधे होणाऱ्या माणसांकडेही दुर्लक्ष केलेलं बरं. म्हणजे तसं करायला शिकलो. नगरसेवकांपेक्षाही उद्धटपणाच्या बाबतीत उच्चांक गाठणाऱ्या नगरसेविकाही दर्शन देऊन गेल्या. त्यांनाही घाबरणारे वरिष्ठ अधिकारी ह्याच वास्तूत भेटले. महापौरांबरोबर शारीरिक झटापट करणारे नगरसेवक जसे भेटले, त्याचप्रमाणे स्वत:च्या प्राध्यापकांबद्दल असभ्य बोलणारे महापौरही मन अस्वस्थ करून गेले. मानेवर खडा ठेवून काम करणारी माणसं पण पाह्यली आणि दिवसभर युनियनची कामं करणारे महाभागही पाह्यले.

ह्या सर्व माणसांनी मला लिहायला लावलं. चीड कायम ठेवली.

माणसं व घटना सतत चिडवत राह्यली तर – ह्या काळात लेखणीनं जगवलं. नुसतं जगवलं असं नाही तर आनंदाची लयलूट करीत जगायला शिकवलं. ह्यासाठीच खूप वर्षं आणखी नोकरी करणं आवडलंही असतं; पण असल्या नोकरीत तुमची एकट्याची पुण्याई उपयोगी पडत नाही. किंबहुना, तुमची पुण्याईच तुमच्या आड येण्याची शक्यता जास्त. यंत्रणा तुमचा कधीही बळी घेऊ शकते. ज्यांना तुम्ही तोंडचा घास भरवलात असे मित्र अनंतहस्ते स्नेहाचा वर्षाव करतील असं वाटलं होतं; पण ते तटस्थ राहतात. जनताजनार्दनालाच तुमची पर्वा नसते असं नाही, तर ग्रह फिरले की नुसता जनार्दन पण लांबून तुमची गंमत बघतो. एवढ्या अनुभवानं माझ्यासारखा भावनाप्रधान माणूस तेव्हा उद्ध्वस्त होतो तेव्हा लेखणीच त्याला सावरते.

सावरण्याच्या शक्तीचा जेव्हा लेखणीनं साक्षात्कार घडवला तेव्हा आपण का लिहायचं हा प्रश्न उरला नाही.

तरीसुद्धा लेखनाच्या प्रारंभी लेखनाचं प्रयोजन सापडलंच होतं असं नाही. प्रसिद्धीची हाव नव्हती असं आजही ठामपणे आठवतं. 'लिहावं' असं काहीतरी वेगळं आपल्याला सुचतंय ह्याचाच आनंद इतका प्रचंड होता आणि आजही होतो की त्या एका पर्वापुढं बाकी सगळं गौण ठरतं.

माणसाच्या मनाचा थांग जसा लेखनाच्या प्रारंभीच्या काळात लागला नव्हता, तसा तो आजही लागलेला नाही. माणसाच्या बोलण्या-वागण्यातील विसंगती हे प्रारंभीच्या काळात आकर्षण होतं. नंतरच्या काळात जेव्हा स्वत:चं, त्या दृष्टिकोनातून परीक्षण करावंसं वाटलं तेव्हा काही उत्तरं सापडली. दिलेला शब्द

पाळण्याची उत्कट इच्छा असूनही कधीकधी तो शब्द पाळता येत नाही. कधीकधी स्वतःच्याच मनाचा दुबळेपणा आड येतो, तर पुष्कळदा अवांतर गोष्टी आड येतात. ह्या सत्याचं जेव्हा आकलन व्हायला लागलं तेव्हाच झटपट लेबलं लावायची सवय कमी होत गेली. ह्या आत्मपरीक्षणाप्रमाणेच मी मग इतर जाणिवांचा शोध घ्यायला लागलो. राग, लोभ, मत्सरादी षड्रिपूंनी मी जसा वेढलेला आहे तसाच समोरचा माणूस.

प्रमाण कमी किंवा जास्त.

ही गोष्ट जेव्हा ध्यानात आली तेव्हा मग कोणतंही मानसशास्त्र शिकायची गरज उरली नाही. समोरच्या माणसाला जाणून घेण्यात जे Thrill होतं, तितकंच Thrill स्वतःचा शोध घेताना वाटू लागलं. स्वतःतच सगळी उत्तरं मिळू लागली. कोणत्याही प्रसंगी मग समोरचा माणूस कसा वागेल, हा प्रश्न विचारीत असतानाच मी स्वतः त्या प्रसंगी कसा वागेन, हाच प्रश्न मी मला विचारू लागलो. पैशाच्या व्यवहारापासून एकूण एक ऐहिक गोष्टींबद्दल ज्या ज्या गरजा माझ्या आहेत, त्याच गरजा समोरच्या चालत्याबोलत्या माणसाच्या असणार.

या पार्श्वभूमीवर मग सगळी उत्तरं मिळू लागली; पण ती स्वतःची स्वतःला मिळत गेली. ती इतरांच्या उत्तरांशी ताडून पाहावीशी वाटू लागलं. ह्या जाणिवेतून आणि संवादाच्या भुकेतून लेखन सातत्यानं करावंसं वाटत राह्यलं. संसारात वा व्यवहारात आपल्याला जे अनुभव येतात, त्यांत आपलं काही चुकत गेलं म्हणून तसे अनुभव येत गेले, की अमुक अमुक प्रसंगी हेच अनुभव येतात हे जाणण्याची प्रत्येक संसारी माणसाला इच्छा असते. जे लिहू शकत नाहीत ते प्रत्यक्ष बोलून देवाणघेवाण करतात. त्याच 'कॉमन मॅन'च्या अनुभवांना कथेचा, कलाकृतीचा साज चढवून समाजाशी संवाद साधणं हा हेतू होता; संसारात त्याचा आधार होता.

आजचं लेखन हे आता संख्येनं खूपच कमी झालेलं आहे. आशयाच्या बाबतीत कितपत समृद्ध आहे ते ठरवण्याचा अधिकार फक्त वाचकांना आहे, टीकाकारांना नाही. काहीतरी सुचणं, लिहिता येणं ह्यात एक अनन्यसाधारण आनंद आहे. जो पंचवीस वर्षांपूर्वी होता तो आजही आहे. माणसाचा स्वभाव, वृत्ती ह्या आजही अनाकलनीय राहिलेल्या आहेत. शोध सातत्यानं चालू आहे. आजूबाजूचं आयुष्य, जीवन झपाट्यानं बदलत आहे. कधीकधी माणूस आहे तिथंच मागासलेल्या अवस्थेत राह्यल्यासारखा वाटतो, तर कधीकधी तो काळाच्या पुढे गेल्यासारखा वाटतो. कधी कधी जगानं घेतलेल्या विलक्षण गतीमुळे माणूस कुठं राह्यला आहे, ह्याचाही पत्ता लागत नाही.

अलौकिक, मोठ्या मनाची माणसं भेटतात, त्याचप्रमाणे क्षुद्र मनोवृत्तीची पण भेटतात. आता फक्त मन एकदम दुथडी भरून जसं वाहत नाही, त्याचप्रमाणे पात्र कोरडं ठणठणीत होत नाही. एक वेगळी तटस्थता आली आहे.
ही तटस्थता आहे – निष्क्रीयता नाही. ह्या तटस्थतेमुळे आता स्वत:वरच्याच अन्यायानं मन खवळतं असं नाही, तर कुणावरही अन्याय झालेला सहन होत नाही. प्रारंभीच्या काळात कुठंतरी सगळ्या दुःखांशी आपलंच नातं आहे... किंवा स्वत:वरच्याच अन्यायाच्या बाबतीत मन संवेदनक्षम होतं. स्वत:चा आनंद, स्वत:ची उपेक्षा असं बहुतांशी लेखन 'स्व'भोवती फिरत होतं. त्या संदर्भात मन तटस्थ झाल्यावर ते बाहेर डोकावू लागलं.
आता कुणावरही अन्याय झालेला खपत नाही.
पण तसं वातावरण कधी निर्माण होणार?
स्वार्थी लोकांचं सत्तेसाठी चाललेलं राजकारण, विरोधी पक्षातली बेशिस्त, शिक्षणाचा खेळखंडोबा, स्मगलिंग, काळाबाजार, रडत-खडत चाललेल्या शिक्षणसंस्था, जागेची टंचाई, वाढती प्रजा, Sex आणि Voilenceवर हजारोंनी निर्माण होणारे चित्रपट, व्हीडिओ, टी.व्ही.पायी घरांची होत चाललेली थिएटर्स, संसाराला लागलेल्या मुलांचा गरजा संपलेल्या आईवडिलांशी चाललेला उद्धटपणा, बायकांच्या मन प्रक्षुब्ध करणाऱ्या फॅशन्स, अशी ही सगळी बेगडी, तकलादू नॉयलॉन संस्कृती व सुधारणा पाहताना ह्या सगळ्या गदारोळात माणूस किती वेगानं हरवतोय, किती घरं कोसळताहेत, हे पाह्यल्यावर वाटलं, लेखनाचा सापडलेला मंत्र फार मोलाचा आहे.
ह्या मंत्रानंच सतत प्रेरणा दिली, जगवलं आणि जगवता जगवता परामर्श घ्यायला लावला. जे जे टिपलं ते ते वाटायला लावलं. आणखी काहींनी ते टिपावं म्हणून. वाचकांच्या अवतीभोवती घडणाऱ्या गोष्टी त्यांना जर कुणी दाखवून दिल्या तर ते आपल्याप्रमाणेच सुखावतात, कष्टी होतात, खवळतात, अंतर्मुख होतात, ह्याचा मग प्रत्यय येऊ लागला. आपलं लेखन खूप जीवनोन्मुख आहे, असं माणसं सांगत राह्यली. आपल्या वाट्याला आलेला जमिनीचा तुकडा छोटा आहे; पण तो मालकीचा आहे. पीक उदंड येत नसलं तरी त्याचं बी-बियाणं इथल्याच मातीतलं आहे. नजर खूप लांबच्या डोंगरापर्यंत जरी पोहोचत नसली तरी नजरेच्या टप्प्यात येणाऱ्या गोष्टींकडे सहसा दुर्लक्ष होत नाही. वेगवेगळी पिकं काढण्याचं सामर्थ्य जरी ह्या शेतकऱ्याजवळ नसलं तरी जमीन रुसल्यावर पीकच न काढण्याचं धाडस नक्कीच त्याच्याजवळ आहे. ह्या सगळ्याचा आधार वाटत गेला.
समाजातली नव्वद टक्के माणसं माझ्यासारखीच छोट्या छोट्या जमिनीचे

मालक असल्यामुळे माझा आवाज त्यांच्यापर्यंत लवकर पोहोचला. त्यांनीही प्रतिसाद दिला. गोलघुमटातून प्रतिध्वनी येत तोपर्यंत साद घातल्याशिवाय राहावत नाही. लेखनाच्या बाबतीत तसंच झालंय.

आज तर वाटतं, संवेदनक्षम, विचारक्षम माणसानं गप्प बसून चालणार नाही. ज्यांचा शब्द ऐकला जातो त्यानं बोललं पाह्यजे; ज्याच्या शब्दांना वाचक आहे त्यानं लिहिलं पाह्यजे. लोक कधी गंमत म्हणून खडा मारतील. कधी नेम लागतो का हे पाहण्यासाठी मारतील. कधी नाद येतो म्हणून मारतील. आपण आपली कंपनं, स्पंदनं, थरार टिकविला पाह्यजे – विरून जाईपर्यंत.

■

म्युझिकासाठी

साहित्यनिर्मितीचं नातं लेखकाच्या वैयक्तिक आयुष्याशी किती टक्के असावं ह्याचा शोध मानवी प्रयत्नांच्या पल्याड आहे. आत्मचरित्र हा एकच वाङ्मयप्रकार, आत्ता इथं हे विधान करताना गृहीत घेतलेला नाही; कारण त्याचं प्रयोजन नाही. नाटक, कादंबरी, काव्य, कथा इतक्याच आविष्कारांच्या संदर्भात हा प्रश्न पडतो.

हा प्रश्न प्रत्येक संवेदनक्षम वाचकाला पडतो. काहीतरी झपाटून टाकणारं, सुखद बेचैनी लावणारं, हवंहवंसं काहूर माजवणारं एखादं पुस्तक गवसावं ह्यासाठी एक वाचक म्हणून मीही प्रतीक्षा करत असतो. अपेक्षा पूर्ण करणारं पुस्तक हातावेगळं झालं की त्याच्या निर्मात्याला भेटावंसं वाटतं. लेखनामागची त्याची प्रेरणा, प्रतिभा, अनुभव आणि अनुभूती ह्यांचा शोध घ्यावासा वाटतो. हा शोध घेताना माझ्यातला लेखक पूर्णत: नाहीसा झालेला असतो. 'सुचणं' ही प्रक्रिया कशी आणि केव्हा घडते, हेही सांगता येणार नाही. काहीशा संमोहनावस्थेतच सुचण्याचा चमत्कार घडतो. 'सुचणं' हा चमत्कारच असतो. तो साक्षात्काराचाच क्षण असतो. काही क्षण भांबावून जातं मन. मनातल्या मनात हात जुळतात ते त्या अदृश्य शक्तीसमोर. भांबावून जाण्याचा क्षण मग तुडुंब आनंदात विरून जातो. मन एका समृद्ध अवस्थेत वावरू लागतं. भोवतालच्या सगळ्या माणसांपेक्षा आज आपल्याजवळ काहीतरी वेगळं, अलौकिक असं आहे ह्याचा अव्यक्त आनंद आपला गाभारा ओसंडून टाकतो. कळीची चाहूल लागलेला मोगरा आपला सगळ्यांत जवळचा सखा होतो किंवा आपणच मोगरा होऊन जातो. मग जेवणखाण, स्नानादिक हालचाली किंवा व्यावहारिक जगातला एकूणच वावर चैतन्यहीन असतो, निव्वळ सवयीनं पार

पडतो. विजेचा सगळा पुरवठा एका वेगळ्या रोषणाईकडे वळवला जातो. ह्या सगळ्या सोहळ्यानंतर थोडं भानावर यावंच लागतं; कारण मग रोषणाईतला प्रत्येक दिवा तपासायचा असतो. कोणत्याही लेखकानं कितीही नाकारलं तरीही एक रचना करायची असते. विद्वान जमातीचा शब्द वापरायचा झाला तर 'आकृतिबंध' का कायसंसं म्हणावं लागेल. ठणठणीत कबुलीजबाब द्यायचा झाला तर चक्क 'तंत्र' म्हणावं. तीच 'स्टाईल.'

'स्टाइल इज ए मॅन' असं साहेब म्हणालाय, कोणता ते माहीत नाही. आपलं तेही वाचन आजतागायत नाही.

तंत्राचा भाग आहेच, पण तरीही त्याच्यावर मंत्राचाच अंमल चालतो. प्रत्येक कलाकृती स्वत:ची आकृती ठरवूनच सामोरी येते. वस्त्रालंकाराचंच स्वातंत्र्य असलं तर ते आपलं, ह्या स्वातंत्र्यातच अनुभव आणि अनुभूती ह्यांचं भ्रमण सुरू होत असावं. मन तळापासून ढवळून निघालेलं असतं. विचारलहरींच्या आवर्तात मग अनुभव आणि अनुभूती ह्यांची कधी देवाणघेवाण होते तर कधी गल्लत. लेखणीच्या टोकाशी सुप्तपणे कोण पुढं येऊन थांबलेलं असेल हे वर्तवणं अशक्य.

आणि म्हणूनच वाचकांच्या एका ठरलेल्या आणि कंटाळवाण्या प्रश्नाचं ठाम उत्तर देणं अशक्य असतं.

'तुम्ही जे लिहिलंत ते प्रत्यक्ष घडलेलं आहे की...'

म्हणूनच ह्या तपशिलात न जाणं चांगलं.

सुखदु:खाच्या, अपेक्षा-उपेक्षांच्या, सन्मान-अपमानाच्या आणि हार-प्रहाराच्या घटना सातत्यानं घडतच असतात. सुख-दु:खाची एकूणच जर संख्या मोजायचं ठरवलं तर मतदारांच्या संख्येइतकी, मोजण्याच्या पलीकडे ती मुळीच जाणार नाही. पंचेंद्रियांच्या आधारावर सगुण-साकाराची साडेतीन हात उंचीची मर्यादा घेऊन आलेला माणसाचा 'टोटल' सुखदु:खाचा आकडा कितीसा असणार? – त्या मापानं मोजण्यात काही अर्थच नाही.

नित्य नवं, अमर्याद शक्ती असलेलं, निराकार निर्गुण मन महत्त्वाचं. तेच तेच अनुभव वेगवेगळ्या स्तरांवर भोगणारं-उपभोगणारं मन महत्त्वाचं. कळीची चाहूल लागलेलं मोगऱ्याचं एवढं झाड मग कुंडीत मावणारं रोप राहात नाही. गगनापर्यंतचा अवकाश मग त्याच मोगऱ्याचा. तेच अनुभवानं संपन्न होणाऱ्या मनाचं.

संगीता जोशींच्या कविता वाचताना तरीही हे सगळे विचार अस्वस्थ करून गेले. ह्या लेखनाला गझला म्हणायच्या की कविता, की रुबाया हे मला सांगता येणार नाही. त्या स्वत: त्याला 'गझल' म्हणतात. तसं असेल तर ह्या

संग्रहाला मी हे गालबोट लावणं म्हणजे चक्क अगोचरपणाच आहे. काव्याच्या प्रांतात प्रवेश करताना अस्मादिकांना पासपोर्ट काढावा लागेल. त्यात गझलप्रांत म्हटलं की पासपोर्टबरोबर व्हिसा हवा. त्यात प्रांताचे एकमेव शहेनशहा सुरेश भट ह्यांनाच तो व्हिसा देण्याचा रास्त अधिकार आहे. त्यासाठी अस्मादिकांजवळ 'मलमली तारुण्य' तर नाहीच, पण 'आयुष्याच्या मशाली'ही पेटविण्याचे सामर्थ्य नाही. पासपोर्ट-व्हिसा की बात तो छोडोच, ते तर माझं डोमिसाईल सर्टिफिकीटही जप्त करतील. त्यांचा हा अधिकार त्यांना कुर्निसात करून, 'गुस्ताखी माफ' म्हणत मान्य करूनही, मी चोरवाटेनं प्रवेश का करतोय? – तर, प्रत्येक गडाला घोरपड लावता येणार नाही असा एक चौकीपहारे नसलेला बुरूज असतो. त्यानुसार गझलांच्या राज्यात सह्याद्रीप्रमाणे ठाकलेल्या ह्या भटांनी मला एक वाट आपणहोऊन दाखविली. त्यांनी स्वत: मला त्यांचा 'एल्गार' संग्रह, माझ्या 'मनी' असताना पण 'ध्यानी' नसताना पोस्टानं पाठविला. मी लगेच त्यांना माझ्या एका संग्रहावर,

'गर्दीत चाहत्यांच्या दिसलो कसा तुम्हासी
बागेत मोगऱ्याच्या बाभूळ गौरवीसी.'

असं लिहून पाठवला. ज्या प्रेमापोटी त्यांनी मला 'एल्गार' पाठवला, त्याचाच मी आयडेंटिटी कार्डासारखा उपयोग करून ह्या संग्रहाची पहिली पानं अडवत आहे. मुख्य चित्रपट पाहायचा असला की 'डॉक्युमेंटरी'चा छळ जसा सोसावा लागतो, त्याप्रमाणे काव्यप्रेमी रसिक हा छळ सोसतील, हा माझा 'काव्य' आणि 'प्रेमी' ह्या दोन्हींवरचा विश्वास.

निराशेची एकतारी वाजविणाऱ्या ह्या काव्यपंक्तीतून मध्येच संतुरीच्या अनेक तारा झणकारून जातात, त्यांचाही मला मोह झाला.

'तू भेटशी नव्याने
बाकी जुनेच आहे.'

ह्या ओळींनी पुनरुक्तीनं भरलेल्या माझ्या भूतकाळातला बराचसा काळ मी विसरलो. 'बाहुलीच्या लग्नात मला बाहुल्यांचं' स्थान देऊ पाहणारे काही चेहरे नजरेसमोर आले आणि 'नियतीनं मला बाहुला' केल्याचं शल्य मी विसरलो. इतकेच नव्हे तर, वैफल्याचे अनेक घाट पार करताना आपल्याही 'कथेच्या पानाआड बहाराची फुलं' कशी आली, हे कोडं सोडवता आलं नाही.

'लेखणी कुणाची होती.
अज्ञात कुणाचे हात...'

ह्या ओळींनी माझ्या मनातली एकतारीही झणकारली आणि 'राखेच्या ढिगाऱ्याला एका ठिणगीची' ऊब पुरेशी झाली.

राखेच्या ढिगाऱ्याची व्याप्ती किती हेच विसरणं महत्त्वाचं. मग एवढ्याशा ठिणगीला ज्वालामुखीही होता येतं किंवा सुगंधाचीच लयलूट करणाऱ्या उदबत्तीचा मुकुटही होता येतं. तसं झालं की,

'हिमालया,
तुझ्यासारखा उत्तुंग तूच.
पण आश्चर्य सांगू?
आज तू माझ्या मनात सामावलास.
हे तुझं सूक्ष्म रूप
की माझ्या मनाची भव्यता?'

असं टवटवीत ब्रह्मकमळ उगवतं. कळ्यांना पत्ता लागला नाही तरी बहार येत राहातो. दारी लावलेल्या रोपाचा वेल गगनावर जातो, त्याचंच बोट धरून कविमन झालरी लावलेल्या मेघाच्या मांडवात नातं जोडून जातं. त्याच मांडवात विश्वशांती स्थापणारा पारवा भेटतो.

जत्रेतल्या प्रत्येक माणसानं स्वत:च्या कलाकृती रक्ताची शिंपण करून, प्राणाची, श्वासाची आरास केलेली असते. पण तरीही, माझी पावलं ज्या रोषणाईपाशी थबकली, चाल मंद झाली, पुढे गेल्यावरही मागं वळून पाहावंसं वाटलं, ती ही आरास.

वैफल्य, निराशा, उपेक्षा ह्यांची रास आपण पार करतो ती अशी 'आरास' मधून- मधून थांबायला लावते म्हणूनच. ह्या वाटचालीवर 'त्याच्या पावलांचे ठसे' दिसतात हा आधार. 'नेमका अश्रू कडेला' उभा असला तरी 'बाहुल्यांना पोरकं करावंसं' वाटत नाही, ते त्याच ठशांसाठी. 'जळण्याचा सोहळा सोसताना, आषाढ साजरा' करण्याची ताकद उगीच येते का? 'त्याच्याच मस्तीत मग,' फेडण्याची मागणी न करता, व्याजाची अपेक्षा न करता, 'प्रेम जमेला ठेवून घे' असं सांगता येतं. 'गंध दान करून फुलाला कोमेजण्याचं बळ येतं.'

अज्ञातातून कोसळणाऱ्या उल्का झेलण्यासाठी मग देहाची ओंजळ होते. इतकंच काय, 'तारकांच्या हालचालींवर लक्ष ठेव' असा आकाशाला दम देण्याचीही हिंमत अंगी येते.

ही सगळी हिंमत उदबत्तीचा मुकुट झाल्यावर; पण ज्वालामुखीचाच उद्रेक झाला तर?

मग आजच्या वाटेवर कालच्याच ठेचा लागतात. वाळवंटातून जाणाऱ्या ह्या वाटेवर जाईच्या फुलाला जपताना जीव कासावीस होतो. कुणालाही जवळचं मानू नये, हा धडा जिवाभावाचे मित्रच शिकवतात. आयुष्याच्या बाजारातले सौदे

जमवताना स्वप्नं विकावी लागतात. ती स्वप्नं विकताना म्हणावं लागतं,

कधीतरी अशी कुठे चुकून भेट व्हायची
आसवात एक सांज कधी अशी भिजायची
मनातल्या मनात शब्द रोखुनी धरायचे
'कसे नि काय?' – 'ठीक,' फक्त चौकशी करायची.

ह्याच प्रवासात मग कावळ्यांचेच जास्त प्रमाणात होणारे सत्कार बघावे लागतात. कृष्णाचा पराभव होऊन कंस अजिंक्य ठरतो. जाब विचारावा तर ते मौन पाळतात. ऐतखाऊ माणसं चंद्रही विकायला काढतात.

अर्थात उदाहरणांची ही यादी लांबविण्यात गंमत नाही. ज्वालामुखीत काहीच वाचवता येत नाही; पण मनाची आहुती ज्वालामुखीनं प्रथम मागितली तरी कविता मागं उरते. तसं झालं की राखेतली ठिणगी मुकुट झाली किंवा ज्वालामुखी झाली तरी खेद उरत नाही.

म्हणूनच, शाईऐवजी रक्तानं लिहिलेला ग्रंथ 'साधी रुबाई' ठरत नाही. कवितेचं दान झोळीत टाकताना नियती, ते 'सत्पात्री' होतंय ह्याची खात्री पटवून घेऊनच, व्यक्तीची निवड करते.

म्हणूनच, शाईऐवजी रक्त वापरायची जिगर ज्या कवयित्रीकडे आहे, तिनं नियतीला

तुझ्याजवळ नव्हती का,
दुसरी एखादी सौम्य सजा?
की माझ्या हृदयात ओतलीस ही कविता?

हा प्रश्न विचारू नये. नियती तुम्हाआम्हाला फसवते; पण स्वत: फसत नाही. 'चार शब्द' प्रस्तावनेदाखल लिहिणाऱ्यानं 'दोन शब्द' सुनवायचे असतात, ह्या संकेतानुसार *(त्याशिवाय स्वत: ग्रेट ठरत नाही)* मी कवयित्रीच्याच दोन ओळी शेवटी लिहितो.

भाव यावे दाटुनी येतो तसा पाऊस हा
जीवनाला अर्थ आहे सांगतो पाऊस हा...

■

रंग पुसू नका

स्पर्शाची चटक ही सर्वांत मोठी चटक. ही चटक कधी लागते कळत नाही म्हणावं तर ते खरं नाही. न कळण्याच्या वयापासून हे व्यसन माणसाला लागतं. पहिलावहिला स्पर्श मायेचा.

वात्सल्याचा. आईचा.

शांतरसात ओथंबलेला तो हळुवारपणे थोपटणारा स्पर्श. झोपेची दुलई पापण्यांवर उतरते ती स्वरांतून, अंगाईगीतातून, स्पर्श न करता. त्यानंतर स्पर्शाचा अंमल सुरू झाला की सूर कधी मागच्या दारानं पसार होतात कळत नाही.

थोपटणारे स्पर्श दूर होतात आणि मग मुलाला स्वत:चाच अंगठा स्पर्शाचा खजिना खुला करून देतो. त्या स्पर्शाची ओढ लागली की परकीय स्पर्शाचा हस्तक्षेप नकोसा होतो. अंगठ्याचा हा थेट परावाणीला होणारा किंवा थेट वैखरीचा ब्रह्मानंदी लावणारा स्पर्श मुलाला स्वावलंबी बनवतो. कधीकधी ह्या अंगठ्याला एखाद्या मऊ पातळाची किंवा शालीची जोड लागते.

स्वत:च्याच स्पर्शात मश्गुल होण्याचं हे वय हां हां म्हणता, रांगायचं सोडून जीवनाची वाटचाल करू लागतं; पण ह्या एकपात्री वाटचालीत तो लवकर थकतो आणि 'सात पावलांची' भूक सतावू लागते. त्यानंतर 'मम' म्हणणाऱ्या स्पर्शाची जीवघेणी प्रतीक्षा सुरू होते.

हा स्पर्शही कालांतरानं पूर्वीचा शहारा उठवीत नाही. अतिपरिचयाचं जंक्शन पुढच्याच वळणावर असतं. मुक्कामाऐवजी जंक्शनपाशीच यात्रा थांबते. एकच स्पर्श अखेरपर्यंत नवा राहतो. त्या स्पर्शाला गंध असतो. त्या स्पर्शात नाद असतो, संगीताची सोबत असते. प्रकाशाचं वलय असतं. किंबहुना, त्या

स्पर्शाची दुनिया ही प्रकाशाचीच दुनिया असते. होत्याचं नव्हतं आणि नव्हत्याचं होतं करणारा तो स्पर्श.
तो स्पर्श मेकअप्‌चा.
स्नो, पावडर, पॅनकेक, कलप, मिशा-दाढीचा, म्हणजेच नकली साधनांच्या आधारावर 'अस्सल'चा आविष्कार करणारा.
ह्या स्पर्शाची धुंदी, नशा, चटक, व्यसन आणि कैफ मृत्यूचा थंडगार स्पर्श होईतो न उतरणारा. आमचे बाबूराव सावंत 'नटसम्राट' नाटकाच्या पहिल्या प्रयोगानंतर मेकअप्‌च्या स्पर्शाची शाल पांघरूनच एका फार मोठ्या 'वरच्या नाटककाराकडे' गेले. हजारो प्रेक्षकांना प्रापंचिक व्यथांचा विसर पाडण्याचं जीवितकार्य घेऊन आलेले शंकर घाणेकर प्रकाशातलं कार्य, अशाच एका प्रयोगात संपताक्षणी विंगमध्ये गेले ते कायमचेच. हसवून हसवून डोळ्यांच्या कडा ज्या कलावंतानं पुसायला लावल्या, त्याला शेवटी हा सगळ्यांनाच रडवण्याचा अधिकार कुणी दिला?
हे झालं भल्याभल्यांचं.
पण साध्या-साध्या समजल्या गेलेल्या माणसांपैकी कुणालाही थांबवावं, खोलवर डोकावून पाहावं, मेकअप्‌च्या रंगाचा पुसटचा स्पर्श व्हावा, हीच इच्छा तिथं तरळताना दिसेल. हजारो नजरा झेलणाऱ्या कलावंतांचं भाग्य क्षणकाल तरी आपल्याला लाभावं ही इच्छा अनेकांच्या मनात रेंगाळताना दिसेल. रुपेरी-चंदेरी देवता प्रसन्न होणं अत्यंत मुष्कील. तिला कोणत्या प्रकारची सेवा लागते, कळत नाही. ज्ञानमार्ग, भक्तिमार्ग दोन्हींचा अवलंब केला तरी साक्षात्कार घडेल ह्याची शाश्वती नाही. कर्मयोगाची वाट तुडविली तरी 'फूटलाइट' वा 'लाईमलाईट'चा प्रकाश उजळण्याची शक्यता नाही. आणि त्यातून समजा, रंगदेवता प्रसन्न झालीच तर? किंवा, त्याहीपेक्षा कडक दैवत खूष झालं तर?...रंगभूमी आणि चित्रभूमी ह्या दोन देवतांपैकी कोणत्या देवतेचा कौल मिळवण्यासाठी जास्त माणसं पागल झाली असतील, हे शोधणं मुष्कील, नव्हे अशक्य. यशाचं सुवर्णतोरण दारावर लावण्याचं भाग्य लाभलेले महाभाग फार थोडे. उलट, ह्या एका वेडापायी राहत्या घराचं वाळवंट करवून घेतलेले अगणित.
पण, माळ घेऊन सामोऱ्या आलेल्या देवतेला विन्मुख पाठवणारा कुणी एक आहे, ह्यावर विश्वास बसेल?
हा प्रश्न विचारताना डोळ्यांसमोर एक विलक्षण देखावा उभा राहतो. बावन्नखणीतल्या अनेक माड्यांपैकी एक माडी. त्यांपैकी बहुतेक माड्यांवरची हंड्या-झुंबरं शांत झालेली. माडगूळकरांच्या अलौकिक काव्यपंक्तीनुसार सतार

कोन्यात गेलेली.

...पसरली पैंजणे, सैल टाकूनी अंग
दुमडला गालिचा, तक्के झुकले खाली
तबकात राहिल्या देठ, लवंगा, साली

अशी अवस्था मोजक्या माड्यांची झालेली, तर काही माड्यांचे साजशृंगार चेहऱ्यावरच सुकून गेलेले; पण एक माडी विलक्षण झगमगती 'ज्वानीचा कहर' झालेली. माडी देहभान हरपलेली, अणुरेणूंतून अंगार फुललेला. मोहाच्या फुलांचा सडा कोसळतोय. नाचणारे पाय आज दमत नाहीत, घुंगरांची थांबण्याची इच्छा नाही, डफाला विश्रांतीची आठवण नाही, तुणतुण्याला उसंत नाही.

'लटपट लटपट' हे नुसते शब्द भरभरा उच्चारायचं ठरवलं तरी 'स्टार्ट' घ्यावा लागतो; पण इथं अक्षरागणिक लवलवतं शरीर. ठसठशीत बांधा नऊवारीत लपेटलेला, होनाजीचे शब्द आणि वसंतरावांची चाल.

आणि हे सगळं स्वरांचं, शब्दांचं, यौवनाचं आक्रमण कुणावर? कुणासाठी? एका रुबाबदार पुरुषासाठी. सरदारपुत्रासाठी. तो पागल झालाय, ह्यात नवल काय? इष्कबाजीत रात्रीचा दिवस करायचं त्याचं हे वयच आहे.

रगेल आणि रंगेल उदाजीरावावर आपणही भाळावं. संध्या, पंडितराव नगरकर ह्यांच्या बरोबरीनं ज्याचा ठसा मनावर उतरतो, तो उदाजीराव.

ललिताबाईंचं नाव मी जाणिवेने घेतलेले नाही. त्यांच्या अलौकिक अभिनयाची, व्यक्तिमत्वाची तुलना कुणाशीच होणार नाही.

पण हिरो-हिरॉईनच्या बरोबरीनं, किंबहुना हिरोपेक्षाही कांकणभर जास्त प्रेमात पडावं ते व्हिलन उदाजीरावांच्या.

म्हणजेच विकास शहा ह्या आता अस्तंगत कलावंताच्या.

रुपेरी पडद्यावरची ही दुनिया जितकी झगमगीत तितकीच अंधाराचा शाप घेऊन आलेली. शॉट संपला की त्यापुरती तुमची गरज संपली आणि संपूर्ण पिक्चर संपलं की तुमचं अस्तित्वही संपलं.

ऑलिंपिकमध्ये एक ज्योत पेटवली की पेटवली. म्हणूनच सातत्याने ज्योत पेटती ठेवण्याचे सामर्थ्य ज्याच्याजवळ असेल त्यानंच ह्या रिंगणात उतरावं. चित्रपट-व्यवसाय खरं तर साठमारीच्या खेळासारखाच. ऑलिंपिकच्या ज्योतीपेक्षाही त्यांचं नातं जुन्या काळच्या रोम कॅलोसिअमसारखं. मस्तवाल जनावर आणि चालता-बोलता माणूस ह्यांच्यात लावून दिलेलं युद्ध हजारो प्रेक्षकांनी स्वत:चा जीव रमवण्याकरिता पाहायचं आणि ती संस्कृतीची निशाणी म्हणून मिरवायचं.

चित्रपट-व्यवसाय तसाच. तो तुम्हाला कधी रिंगणाबाहेर भिरकावून देईल सांगणं मुष्कील; पण ह्या झगमगाटाच्या दुनियेनं ज्या कलावंताला पसंतीचा कौल दिला, त्या कलावंतानं आपणहोऊन त्या प्रकाशाच्या दुनियेकडे पाठ फिरवली.

मनापासून की मन मारून?

ह्या प्रश्नाचं उत्तर वृत्ती देते. वृत्ती संस्कारांतून घडते. कोणता संस्कार कधी घडला हे क्रमवार सांगता येत नाही. समुद्रातली कोणती लाट प्रथम दिसली हे सांगणं मुष्कील, तसंच संस्कारांचं. ओल्या वस्त्रानं तुळशी-प्रदक्षिणा घालणाऱ्या आजीला सकाळी पहावं तर घराबाहेर पडता पडता त्या वेळी कुणीतरी कुणाला तरी 'काय रे साल्या' हे म्हणताना ऐकावं. कोऱ्या पाटीवर ह्यातलं काय स्पष्ट उमटेल आणि काय उमटणारच नाही हे, 'शाळा सुटली... पाटी फुटली' तरी कळत नाही.

'मुंगीची हत्या झाली तरी ते पाप' असं मानणाऱ्या जैन धर्मात विकासजींचा जन्म झाला. धर्माची पाटी निव्वळ 'गमभन' शिकवणारी न राहता, चौकातल्या पाटीप्रमाणे निश्चित दिशेचा 'श्रीगणेशा' ठरवणारी होते. अहिंसा हा परमधर्म, हा मंत्र सांगणाऱ्या ह्या पाटीवर, वयाच्या बाराव्या वर्षी, एकोणीसशे बत्तीस साली 'क्रांतीचा मंत्र' लिहिला गेला. अनेक श्लोकांचं आणि मंत्रांचं पठण आपण अर्थ न समजता करतो. केवळ पठणानं आणि उच्चारानं ती ती फळं आपोआप मिळतात, त्याप्रमाणे बारा वर्षांच्या विकासनं, क्रांतीचा अर्थ न समजता, सोलापूरच्या टिळक चौकात 'टोपीवाल्या'च्या विरुद्ध भाषण केल्याबरोबर त्याला अटक झाली आणि चार वर्षांची शिक्षा झाली.

पुण्याच्या रिफॉर्मेटरीत त्याची रवानगी झाली आणि दोन वर्षे सतरा दिवसांनी इतर राजकीय कैद्यांप्रमाणे सुटका झाली. कवी यशवंतांनी 'बंदिशाळा' काव्य लिहिलं ते ह्याच शाळेत. त्याच शाळेत यशवंत लेखनिक म्हणून तिथं कामाला होते. बंदिशाळेची शिस्त कडक होती. दगड फोडणं, डोक्यावरून वाहणं ह्यांसारखी कामं डोळ्यांतून पाणी वाहेपर्यंत करावी लागली. शालेय जीवनक्रम संपला; पण 'खान' नावाच्या जेलरनं त्याच काळात, विकासजींचा चित्रकलेकडचा कल पाहून विकासजींना चित्रकलेच्या पहिल्या दोन्ही परीक्षा द्यायला लावल्या. चित्रकलेसाठी लागणारं ड्रॉइंगचं साहित्य ह्या 'खान' नावाच्या मुसलमान ऑफिसरनं स्वत:च्या पगारातले पैसे खर्च करून त्या काळात पुरवलं आणि 'खान' आणि 'खानदान' ह्यांतली तफावत सिद्ध केली. 'दान' हा शब्दच अलौकिक. 'शून्य' शब्दाच्या उलट. शून्याची किंमत

ठरवण्यासाठी मागं काही ना काही आकडा टाकावा लागतो; पण इथं 'दान' शब्द जिथं लिहाल त्याच्यामागच्या शब्दाचं सामर्थ्य वाढतं.
खानसाहेबांच्या ह्या अलौकिक मदतीनं मुंबईला जे. जे. स्कूल ऑफ आर्टचा मार्ग मोकळा झाला आणि एकोणीसशे चौतीस ते एकोणचाळीस ह्या पाच वर्षांनी 'जी. डी. आर्ट' ही पहिलीवहिली पदविका विकासजींना बहाल केली. इंग्रजी चौथीजवळ, नव्हे चौथीतच शिक्षणाला वंचित झालेल्या विकासजींना दरवाजावरच्या नावाच्या पाटीवर 'विकास शहा' ह्या नावापुढे जी. डी. आर्ट लिहिताना केवढा डौल वाटला असेल?
पण गंमत अशी की, ह्या माणसाचं काळ्या पाटीचं आकर्षण रंगीबेरंगी जी. डी. आर्ट मिळवूनही संपलं नव्हतं. म्हणूनच व्ही. शांतारामच्या राजकमलच्या दिशेनं लावलेली एक पाटी अशाच एका वळणानं दाखवली आणि एका शॉट नंबर टेक नंबर सांगणाऱ्या काळ्या पाटीनं ह्या चित्रकाराला खऱ्याखुऱ्या रंगाच्या दुनियेत नेऊन सोडलं. पहिलावहिला चित्रपट 'शकुंतला.' मुद्दाम न सांगता जी खरंच शकुंतला दिसली, वाटली, भावली, अशी जयश्री. नुसतंच 'स्त्री' म्हटलं की कोणतीही नटी खपते; पण 'शकुंतला' म्हटलं की जयश्रीच हवी. विकासना 'शकुंतलानं' जयश्रीची माळ घातली आणि थेट 'अमर भूपाळी'पर्यंत विकासजींनी सुमारे पंचवीस चित्रपटांतून भूमिका केल्या. आणि त्यानंतर मात्र हा कलावंत एकाएकी 'साद देती...' म्हणत नाहीसाच झाला.
ह्याला कारण कूळकायदा. सुमारे चाळीस एकरांच्या आसपास मालकीची जमीन. बाकीची भावंडं लहान. ह्या एकमेव कारणासाठी विकासजींनी चित्रभूमी सोडून खऱ्या अर्थानं मातृभूमीकडे धाव घेतली.
कर्नाटकामधलं टाकळी हे गाव. कोणत्याही तथाकथित ग्रामीण कथेत न बसणारं खेडं. गावात महिन्याकाठी एखादा दरोडा किंवा खून ठरलेला. एका अशाच क्षुल्लक कारणावरून एका माणसानं विकासजींना, 'हा तर काय गुजरभाई' असं म्हणत त्यांना घाबरवण्यासाठी गोळी झाडली होती. ती नशिबानं डोक्यावरून गेली. गोळी झाडणाऱ्याचा नेम जसा चुकला तसाच अंदाजही. जैन जमातीतला हा माणूस वज्राहून कठीण होणारा विष्णुदास आहे, हे त्याला माहीत नव्हतं. विकासजी आव्हान स्वीकारून मैदानात उतरले. पोलीस, पुढारी, मंत्री, इत्यादी सगळ्या यंत्रणेबरोबर संपर्क साधून विकासजींनी बंड-गुंडगिरीचा नायनाट करायचा चंग बांधला. आयुष्यातले अनेक दिवस त्यासाठी खर्ची घातले आणि आता आज टाकळी टापू शांत आहे. बंडखोर व दरोडेखोरीचा तिथं मागमूस उरलेला नाही. एखादा प्रकार

घडलाच तर अपवादानेच.
म्हणून मनात आलं की, कुणाच्या पाटीवर कोणता मजकूर असेल हे सांगणं मुष्कील आहे.
विकास आता शेतकरी झाले आहेत. एक साधासीधा किसान.
बालवयात सतरंजा-चादरींचे पडदे करून ते सख्यासोबत्यांसह शिवाजी, तानाजीच्या भूमिका करीत. वडील तेव्हा त्यांना 'वेडा शिवाजी' समजून भरपूर चोप देत असत. नंतर वयाच्या बाराव्या वर्षी ते बालकलाकारांप्रमाणे बालक्रांतिकारक झाले. त्यानंतर कैद्याची भूमिका. मग चित्रकार. त्याच्यापुढे चित्रपट-व्यावसायिक. शेवटी किसान. त्याच वेळेला गुंडगिरीला आळा घालून सामाजिक कार्य करताना बारावं वर्ष त्यांना पुन्हा जगायला मिळालं आणि पाटीवरचा तो मजकूर पुसला न गेल्याचा साक्षात्कार झाला.
हा माणूस शेतीत रमला कसा?
विकास म्हणाले, शेती ही एकमेव कला अशी आहे की त्यातला चॅलेंज संपत नाही. सिनेमाप्रमाणे भूमिका संपत नाही. पिढ्यान्‌पिढ्या तीच भूमिका वठवावी लागते. रोज नवं काही तरी उगवणार असतं.
मी फक्त विचार करतो. तोच माणूस आणि त्या माणसाचे तेच हात. ह्या हातानं तिरंगी झेंडा धरला. तुरुंगात दगड फोडून हात रक्तबंबाळ करून घेतले. त्याच हातात मग ब्रश धरला. पॅलेटवरचे रंग सुकायच्या आत त्याच हातावर 'मेकअप्'चा रंग चढला आणि आता कायम त्या हातानं नांगर धरला आहे; पण त्याच वेळेला आजोबांचा भजनं, कविता करायचा वारसा विकासजींकडे आला. 'गमभन'च्याही अगोदर कवितेतला 'क' पाटीवर लिहिला गेला होता.
'शाल' हा काव्यसंग्रह म्हणजेच त्या 'क'चा आविष्कार. कवितांचं रसग्रहण करणं वा त्यावर भाष्य करणं हा माझा प्रांत नाही. मी नेहमीच Man Behind the... ह्या वाक्यात, machine, poem, movie कोणताही शब्द लिहिला तरी त्याच्या शोधात असतो. कवितेपेक्षा कवी इंटरेस्टिंग वाटला पाहिजे.
विकासजींच्या प्रेमात तर 'अमर भूपाळी'पासून पडलोच होतो. अधूनमधून त्यांच्याकडून दिवाळी कार्ड म्हणजे स्वरचित कविता येत असे.
कविता काहीशी प्रचारकी थाटाची वाटत असे.
जेव्हा त्यांची माझी दीर्घ मुलाखत झाली तेव्हा कवितेमागचा सूर सापडला.
'शाल' पांघरून बसलेल्या ह्या कविराजांना आज तुमच्यासमोर ठेवलं आहे.
लहान मुलं खेळ म्हणून डोक्यावरून शाल घेऊन बसतात आणि सवंगड्यांना सांगतात, 'माझं नाक कुठाय सांग, हात कुठाय शोध,' तसं मी वाचकांना

सांगणार आहे. ह्या शालीत लपलेला अभिनेता कोणत्या कवितेत आहे, देशप्रेमी कोणत्या कवितेत, चित्रकार कुठे, किसान कुठे हे तुम्ही शोधा. विकासना मात्र मी वेगळं सांगणार आहे. जमिनीचा कस टिकावा म्हणून अधूनमधून त्याच जमिनीत आलटून-पालटून वेगवेगळी पिकं काढतात, त्याप्रमाणे तुमच्यातला शेतकरी काही दिवस विसरा. पीक बदला, मुंबईला या आणि पुन्हा एकवार नशा न उतरणारा पॅनकेकचा रंग चढवून घ्या. फार फार तर, रजतपटावर शेतकऱ्याचीच भूमिका करा; पण रंग पुसू नका.

पीक बदला.

■

वाईकर

काही काही माणसं जन्माला येतानाच 'सुखी माणसाचा' वॉश अँड वेअर सदरा घालून येतात. 'वॉश अँड वेअर' असं म्हणायचं; पण ह्या थोर लोकांना वॉशिंगची पण गरज पडणार नाही असे ह्यांचे योग. किंवा तशी गरज पडलीच तर लाँड्रीचं दुकान ह्यांच्या इमारतीत तळमजल्यावर असतं. वरच्या मजल्यावरून नुसत्या टाळ्या वाजवल्या तरी ह्या महाभागांना एकदम 'तव्यावरची पोळी' म्हणतात, त्याप्रमाणे गरम गरम कपडा घरपोच मिळतो. ह्यांचा वाणी घरपोच सामानात, साध्या दळलेल्या मिठाऐवजी चुकूनही 'खडे मीठ' पाठवणार नाही. ह्या सुखी माणसांना 'मिठाला जागणारा' फक्त वाणीच भेटतो असं नाही, तर खुर्च्यांना वेत बसवून देणाराही दिलेल्या तिथीवर काम करून देणारा भेटतो. पावसाळ्यात ह्यांची घरं नेमकी 'पलंग ठेवला होता' तिथं गळत नाहीत. घराला नवीन रंग दिल्यावर भिंतीला टेकून डोक्याच्या तेलाचे भिंतीवर नकाशे उठवणारे पाहुणे ह्या सुखी माणसांच्या घरी येत नाहीत. डबेवाल्याकडून ह्या मंडळींचा डबा कधी बदलून दुसऱ्या पत्त्यावर जात नाही. सुखी माणसांची मुलं नाकात चिंचोका अडकवून घेत नाहीत. इतकंच नव्हे तर त्यांना दातांचाही त्रास होत नाही. ह्या माणसांची बुशशर्टची बटणं जशी संपावर जात नाहीत, त्याप्रमाणे घाईत असताना चपलेचा अंगठाही 'अचानक' हाफ डे कॅज्युअल घेत नाही. ह्या पुण्यवंतांना चष्म्याचा नंबर पहिल्याच फटक्यात अचूक देणारा चष्मेवाला भेटतो. ह्या असामी जर कधी सिनेमाला गेल्या तर उंच मानेचा माणूस ह्यांच्याच खुर्चीसमोर येत नाही. इतकेच नव्हे तर मध्यंतरात ह्यांनी जर शेंगदाणे घेतले तर त्यांतला शेवटचा दाणा खवट निघत नाही. रेल्वे स्टेशन ह्या मंडळींच्या घरापासून हाकेच्या अंतरावर असतं तर बसस्टॉप

कुजबुजण्याच्या अंतरावर असतो. ह्या महाभागांच्या घराजवळ नुसतीच 'इंडियन एअरलायन्स'ची बस थांबते असं नाही, तर पोस्टाची मोबाईल बस योजना 'भारत सरकारनं' ह्या जमातीसाठी सुरू केली असावी, अशी शंका येते. सुखी माणसांची सासुरवाडी यवतमाळसारख्या लांबच्या गावी असते; पण बायकोचा मामाच असिस्टंट स्टेशनमास्तर असतो, त्यामुळे तिकीट घरपोच.

अशा मोजक्याच भाग्यवंतांपैकी एक, किंबहुना एकमेव असा दिनेश वाईकर. हा राहतो त्या इमारतीसमोर फिरत्या पोस्टाची गाडी नुसतीच येऊन उभी राहत नाही, तर त्या गाडीतला एक कर्मचारी वाईकरांच्या घरी येऊन पत्रं गोळा करून नेतो.

आयुष्यात इतर गोष्टी लाभल्या तरीही घरमालक लाभणं म्हणजे शनीचा खडा लाभण्यासारखं. वाईकर त्या बाबतीत पण भाग्यवान ठरलाय. इतर भाडेकरूंपेक्षा त्याला जास्त सवलती मिळतात. वाईकरांचं एस्. टी.मध्ये कुणीही नात्यातलं नाही; पण तिथंही त्याला रांगेत उभं राहण्याची पाळी येत नाही. किंबहुना रांगेचा शाप त्याला कुठेही भोगावा लागलेला नाही. एक डॉक्टर तसा अनेकांचा फॅमिली डॉक्टर असतो; पण त्या बाबतीतही चौकोनी चेहरा करून त्याला कधी वेटिंग हॉलमध्ये थांबायची पाळी आली नाही.

केव्हा तरी खनपटीला बसून मी त्याला विचारलं, ''तुझं गोत्र अत्रि का?''

''मी कधी गोत्राचा विचारच केला नाही. मधेच तुला गोत्र का आठवलं?''

''अत्रि म्हणजे सगळ्यांशी मैत्री, असा एक वाक्प्रचार आहे.''

''मला कुठे खंडीभर मित्र आहेत?''

''खंडीभर नसतील; पण तू माणसं जिथं जिथं जोडलीस ती सगळी तुझ्यासाठी झटतात.''

''तसा मी भाग्यवान आहे; पण...''

''काय झालं?''

''ह्यांतली काही भाग्यं कष्टसाध्य आहेत.''

''म्हणजे कशी?''

''आता आमचे मालक इतरांपेक्षा माझ्यावर जास्त लोभ करतात.''

''तेच कसं?''

''सांगतो. दर महिन्याच्या एक तारखेला मालकांचा भय्या सकाळी आठ वाजता दारात हजर होतो. दोन वर्षांपूर्वीची हकीकत. मालकांचे वडील आजारी आहेत असं मला समजलं. मी संध्याकाळी मालकांच्या घरी गेलो. वडिलांची चौकशी केली. काही मदत लागली तर कळवा म्हणालो.

''अधूनमधून गप्पा मारायला येत जा, त्यांना एकटं वाटतं.'' असं मालक

म्हणाले. मी मग एक दिवसाआड रोज संध्याकाळी मालकांकडे महाभारत वाचून दाखवायला जाऊ लागलो. मला केव्हातरी समग्र महाभारत वाचायचं होतंच. ते मालकांच्या वडिलांना वाचून दाखवायच्या निमित्तानं झालं तरी. नाहीतर निष्कारण चालढकल करण्यात आपण खूप आयुष्य वाया घालवतो. महाभारतानंतर रामायणाचा विचार होता; पण त्यापूर्वी मालकांचे वडील गेले. तेव्हापासून मालकांचा भय्या दाराशी येईनासा झाला. आपण भाडं थोडंच चुकवणार आहोत? आपल्याला एक-दोन दिवसांची सवलत हवी असते. ती मिळाली. स्वार्थ, परमार्थ...''

''तुम्हाला इतका वेळ बरा मिळाला?''

''वपु, अशी कल्पना करा. सकाळी आरामात सात वाजता उठायचं. चहा, दाढी, आंघोळ आठ वाजेपर्यंत. नंतर पंधरा मिनिटं चक्क टिवल्याबावल्या. साडेनऊ वाजता साधारणपणे तुम्ही घर सोडत असाल तर सकाळी सव्वा तास वेळ उरतो. संध्याकाळी साडेसहा वाजेपर्यंत घर. सात वाजेपर्यंत टिवल्याबावल्या. रात्री नऊला जेवण असेल तर दोन तास मिळतात. नऊ ते साडेनऊ जेवण. पुन्हा दहा वाजेपर्यंत अर्धा तास उरतो. दहा वाजता जनगणमन. रोज पावणेचार तास मिळतात. त्या वेळेचा आपण काय उपयोग करतो? कुणाला तीन तास रिकामे मिळतील, कुणाला दोन, कुणाला अडीच; पण त्याचं आपण काय करतो? पावणेचार तासांप्रमाणे वर्षात सत्तावन्न दिवस होतात. एका वर्षात आपण दोन महिने वाया घालवतो. मग उभ्या आयुष्यात असं वेस्टेज किती होईल? कॉलेजचा कोर्स होईल. म्हणूनच 'वेळ मिळत नाही' म्हणणाऱ्या माणसांवर माझा विश्वास नाही.''

मी पटकन म्हणालो, ''वाईकर, यू आर ग्रेट.''

''ग्रेट वगैरे असं काही नसतं हो. आणि तसं काही असलंच तर तो ग्रेटनेस मिळणं अशक्य नसतं. अगदी छोट्या छोट्या गोष्टी करून आयुष्य सोपं करता येतं.''

''तेच कसं?''

''माझ्या घरासमोर पोस्टाची गाडी थांबते. हा भाग नशिबाचा. एकदा धूमधडाक्याचा पाऊस पडत होता. मी चहाचा कप घेऊन गॅलरीत उभा होतो. मला एकाएकी त्या व्हॅनमध्ये काम करणाऱ्या माणसांची कीव आली. ती गाडी सुटायच्या आत मी त्यांना किटलीभर घरचा चहा करून पाठवला. त्याची जाणीव ठेवून त्याचा माणूस घरी येऊन माझी पत्रं न्यायला लागला.''

जरा वेळ थांबून वाईकर म्हणाला, ''अगदी छोटी छोटी पथ्यं आपण पाळत नाही. आपलं किंवा आपल्या घरातल्यांचं आजारपण संपलं की डॉक्टरची

आपण आठवणही ठेवत नाही. माझ्या फॅमिली डॉक्टरना माझं दर महिन्याला एक पत्र जातं. केवळ ख्यालीखुशाली कळवण्यासाठी. आजार बरा झाल्यानंतर आभाराचं पत्र जातं. या उलट RSVP लाही दाद देणारे महाभाग इथं आहेत.''

''तुमचा शब्दन्शब्द पटतोय.''

''एस. टी.तला पी. आर. ओ. असाच परिचयाचा झाला. मला वर्षातून कमीतकमी चार वेळा एस्. टी.नं प्रवास करावा लागतो. ड्रायव्हरनं जर गाडी कौशल्यानं चालवली असेल तर माझं लगेच कौतुकाचं पत्र पी. आर. ओ.ला जातं. ड्रायव्हरच्या नावासहित. सुमारे दोन डझन पत्रे मिळाल्यावर त्यानं भेटायला बोलावलं. ओळख झाली, वाढली. आता नो प्रॉब्लेम.''

मी थक्क होऊन बघत होतो. वाईकर म्हणाला, ''माणसाला जन्माला घालण्यामागे त्याला छळावं अशीच काही नियतीची इच्छा नसते. ती प्रत्येकाला काही ना काही देते. बाकीचं आपण मिळवायचं. दिवसाचे अकरा तास हात जरा राबले तरच एक तास नियतीकडे काही मागण्यासाठी पसरण्याचा त्यांना हक्क आहे. आपणही नियतीला मदत करायची असते. मग काही कमी पडत नाही. हे हात मदतीसाठी आहेत, सगळ्यांच्या. The best helping hand is at the end of your arms.''

∎

हा देश कुणाचा?

आपल्या ह्या महाराष्ट्र देशाबद्दल अनेकांची अनेक मतं आहेत. कुणी कणखर देश म्हणतो, दगडांचा देश म्हणतो, कुणी भांडणारा देश म्हणतो, तर कुणी विचारवंतांचा देश म्हणतो, सगळेच विचारवंत.

म्हणूनच 'All leaders, no followers' ही परिस्थिती. हा देश नक्की कसा हेच कळत नाही. ह्या विचारापायी, ह्या म्हणजे, 'हा देश कुणाचा? – कसा?' ह्या विचारापायी, तर माझा एक दिवस अतिशय वाईट गेला. त्या दिवशी दुसरंतिसरं काही सुचत नव्हतं. जाता-येता एकच विचार डोक्यात. हा देश कुणाचा?

सकाळी पेपर उघडावा तर कुणाकुणांत लाथाळी चालली आहे आणि कोण कुणाचे पाय ओढतो आहे, ते वाचायचं – हा देश गाढवांचा तर नाही?

तेवढ्यात कुणी ना कुणीतरी संपावर गेलेलं वाचायचं. संपावर जाणं हा फक्त गिरणी कामगारवाल्यांचा प्रांत आहे असं पूर्वी वाटायचं. आता डॉक्टरांपासून केमिस्टपर्यंत कुणीही संपावर जातो. हा देश संपावर जाणाऱ्यांचाच आहे का? नाही, असं मुळीच म्हणता येणार नाही.

मारामारी करणारी माणसं, खून करणारे थोर लोक, प्राणघातक शस्त्र बाळगूनही सुटणारे स्मगलर्स, हुंड्यासाठी लीलया बायकोचे, सुनांचे गळे घोटणारे नराधम, त्यांना निर्दोष सोडणारी न्याययंत्रणा, ही माणसे जोपर्यंत संपावर जात नाहीत, तोपर्यंत देश संपवाल्यांचा आहे, असं कसं समजायचं?

ज्या बातम्यांनी वर्तमानपत्र भरलेले असते, त्यावरून आपण 'हा देश कुणाचा?' असा विचार करतो. परीक्षेच्या निकालाच्या दिवशी लाखो मुलं नापास होतात तेव्हा हा देश नापास लोकांचा असं आपल्याला वाटतं. छे, काय करावं? 'हा

देश कुणाचा?' हे समजायलाच हवं.

तो संपूर्ण दिवस ह्याच चिंतेत गेला. संध्याकाळी घरी यायला निघालो तर गाड्या बंद. चर्चगेट स्टेशनवर पाऊल ठेवायला जागा नाही. टॅक्सीवाले दरोडेखोर झालेले. चर्चगेट ते दादर शंभर रुपये मागताहेत. एरवी नुसता रुबाब करीत मोटारसायकलवरून मिरवणारे ट्रॅफिक इन्स्पेक्टर अशा वेळी गायब. हा सगळा विचार करीत मी बसस्टॉपवर. इथं आता माणसं रांगेत उभी राहतील, ही आशा करणं म्हणजे खुळचटपणा. माणसं घोळका करूनच उभी होती. नीट रांगेत उभं राह्यले म्हणजे प्रत्येकाला बस मिळते ह्या सत्याचा भरंवसा ठेवण्याचा एक काळ येऊन गेला. आता 'धिटाई खाई मिठाई'चा काळ आहे. रांग मोडल्याशिवाय काम होत नाही, हे आता शिस्त आवडणाऱ्या माणसांनाही पटायला लागले आहे. प्रत्यक्षात अनुभवायला येणारे शोध नेहमीच बोधवचनांपासून हजारो मैलांवर असतात.

मीही घुसणाऱ्यांच्या टोळीला माझं मत दिलं. धक्काबुक्की करीत बस मिळवली. ह्या गदारोळात पुरुषांची ऐशीतैशी होते, तिथं बायकांचं काय होत असेल? अशाच एका बाईची कीव करीत मी बस पकडली. माझ्यापाठोपाठ ती बाई पण चढली आणि तिच्यामागून प्रचंड लोंढा. ज्या क्रमानं आम्ही घुसलो त्याच क्रमानं गँगवेमध्ये उभे राह्यलो.

आणि त्या क्षणी माझ्यामागे बाचाबाची सुरू झाली. हा देश बाचाबाची करणाऱ्यांचाच आहे काय?

"ए बायडी, ते हातमंदी छत्री हाय तो..."

"छत्री अशीच राहणार." तिचं ठणठणीत उत्तर.

"अरे बारीशबिरीश कायबी नाय, तवा..."

"माझी छत्री मी सांभाळतेय, तुम्हाला काय करायचं आहे? तुम्हाला काय त्रास होतो?"

"अरे, तकलीफ ज्याला तवा तो आमी..."

आणि तेवढ्यात त्या ढेरपोट्या गुजराथी माणसाच्या मदतीला एक मराठी माणूस वकीलपत्र घेऊन आला.

"अहो ताईसाहेब, छत्री तुमची आहे, फक्त ती उभी धरा. तुम्ही ती काखेत धरताय. तिचं टोक ह्या माणसाला किती जोरात लागलं ते मी पाह्यलं."

"मिस्टर..."

"इथं आणि उभं राहायला जागा पण नाही."

"ही छत्री मी अशीच धरणार."

"ती लागतेय सारखी."

ती बाई ताडकन म्हणाली, "ह्याचा अर्थ इतकाच की तुम्ही माझ्यापासून अंतरावर उभं राहायला हवं. ही छत्री आडवी धरण्याचा तोच हेतू आहे."
त्याचा आवाज बंद झाला. ती बाई मग माझ्यासमोर जाऊन उभी राह्यली. मी त्या बाईला नीट बघून घेतलं. तिला लक्षात ठेवण्यासाठी काय करावं हा विचार करीत असतानाच एक गोष्ट ध्यानात आली. डोळा आणि कान ह्यांच्यामध्ये वारकरी लोक जसा गंधाचा टिळा लावतात तसा एक काळ्या रंगाचा, पावलीच्या आकाराचा एक टिळा तिच्या डाव्या डोळ्याजवळ होता.
आणि तेवढ्यात ड्रायव्हरनं ब्रेक मारला. तोल सावरणं अशक्य झालं. तिची छत्री खाली पडली, पर्सही पडली आणि मी तिच्या अंगावर आदळलो.
"आय ॲम एक्स्ट्रीमली सॉरी..." मी छत्री उचलून देत म्हणालो.
"चुकून लागलेला धक्का मला समजू शकतो." छत्री पुन्हा आडवी धरत ती म्हणाली.
"आता तुमची छत्री पडली म्हणून, नाहीतर शिवाजी महाराजांची वाघनखं कशी होती हे जसं खानाला समजलं होतं, तसं... म्हणजे माझा कोथळा बाहेर आला असता!"
ती हसली आणि म्हणाली, "छत्री बारा महिने सांभाळण्याचा मलाही उपद्रव होतो; पण काय करणार? कामानिमित्त रोज हिंडावं लागतं आणि आपला हा देश धक्के मारणाऱ्यांचा..."
तिनं वाक्य संपवायच्या आत, 'हा देश कुणाचा' ह्याचं उत्तर मला मिळून गेलं.
मधे कितीतरी दिवस गेले.
अशाच एका प्रवासासाठी रिझर्व्हेशन करायचं म्हणून मी एस. टी. नामक मंडईत, बॉम्बे सेंट्रलला गेलो. तुफान गर्दी, बेसुमार रांगा. पाऊण तास तपश्चर्या केल्यावर खिडकीजवळ पोहोचलो आणि समोर पाह्यलं तर रोहा, अलिबाग, नागोठणे वगैरे गावांची तिकिटं देणाऱ्या खिडकीसमोर ती छत्रीवाली बाई. मी इकडे माझं तिकीट काढून बाहेर पडणार तोच तिकडे पुन्हा बोलाचाली सुरू झाली.
पुन्हा धक्का आणि छत्री-प्रकरण दिसतंय असं मी मनाशी म्हणालो. पण आजचा मामला वेगळा होता. वरच्या पट्टीत दम देत ती म्हणत होती,
"गलिच्छ जनावरासारखे राहता, वाटेल तिथं पचकन थुंकता, वर ह्याची शरम न वाटता, मलाच दम भरताय?"
"बाईमाणूस हाय म्हणून सोडून देतो. न्हाईतर कानाखाली आवाज काढला असता."
"हात उगारून बघ, खांद्यापासून तोडून काढीन."

मी मग पुढे झालो. तोपर्यंत आणखीनच आठ-दहा माणसं त्या छत्रीवालीच्या बाजूला उभी राह्यली. मी पुढे होत त्या माणसाला हटकलं. स्वत:ची बाजू सांगायला जोर आला.

"बाई हाय तवा रुबाब करतीया. तंबाखू खाल्ली की मानसं थुंकनारच.''

"तंबाखू कशासाठी खायची हेच कळत नाही मला.''

"बाई, तुमच्या पैशानं खात नाही. सोताच्या पैशानं खातोय.''

ती बाई ताडकन म्हणाली, "टमरेल भरून खा रोज; पण वाटेल तिथं थुंकू नका. इतर माणसांना किळस वाटते. स्वत: घाणेरडेपणा करायचा. डुकरासारखं राहायचं आणि सगळ्या शहराचा सत्यानाश करायचा. अंगावर टेरिकॉटचे कपडे घालायचे, रुबाब करायचा आणि जंगलीपणानं वागायचं!'

"बाई...''

"गप बसा. तुम्हीही थुंकू नका आणि तसंच इतरांना सांगा.''

"बाई, तुमचं जरा नाव सांगता का?''

"कमिशनर ऑफ पोलीसचं नाव ऐकलंत का सध्याच्या? ते माझे काका.''

गर्दी पांगली. तो माणूस गप्प बसला. तिच्यापाठोपाठ मी एस. टी. स्टॅण्डच्या बाहेर पडलो. आम्ही दोघांनी रस्ता एकदमच पार केला.

पलीकडच्या फूटपाथवर येताक्षणी मी तिला म्हणालो, "एक्स्क्यूज मी!''

"बोला.''

"तुम्ही आता जो प्रकार केलात तो चुकीचा होता.''

"माणसं वाटेल तिथं थुंकतात ते बरं आहे का? तो माणूस तर अडाणीच होता, पण सूटबूटवाले, मोटारी उडवणारेही पचापच कुठंही पिचकाऱ्या टाकतात, सिव्हिक सेन्स...''

"तुमचं काहीही चुकलेलं नाही; पण तरीही तुमचं ऐकणार कोण? आमदार भवनापासून सचिवालयापर्यंत, पंजाबी, मुसलमान, भय्ये, ट्रकचे-बसचे ड्रायव्हर्स... सगळे सगळे थुंकणारे. तुम्ही किती लोकांना आवरणार?''

"जमेल तितक्या.''

"आत्ताचा माणूस मवाली होता. त्यानं तुमच्या अंगावर हात टाकला असता तर? तुम्ही एकट्या, त्यात बाईमाणूस...''

"समाजात बाई एकटी असतेही आणि नसतेही. योग्य कारणासाठी आवाज चढवला तर पाठीशी पंचवीस माणसं उभी राहतात, असा माझा वीस वर्षांचा अनुभव आहे. मुळात माणसाला चांगल्या गोष्टींची चाड हवी आणि ती, व्यक्त करण्याइतपत धाडस हवं. काहीही वाईट घडलं की काहीतरी स्वत:चं जळतंय एवढी जागण्याबद्दल ओढ हवी. ती ओढ तुम्हांला गप्प बसू देत नाही. गप्प

गप्प बसूनच आपण सगळे ह्या स्तराला आलो आहोत. गुन्हा तो गुन्हाच. छोटा की मोठा हा भेद करता कामा नये. तसंच गलिच्छपणाचं. इतर सहन करतात म्हणून ह्या माकडांचं फावतं.''

मी म्हणालो, ''मान्य आहे. तुमचा हेतू चांगला आहे यात शंकाच नाही. तुमच्या पाठीशी माणसं उभी राहतात हा तुमचा वीस वर्षांचा अनुभव आहे. तो खोटा आहे असं मी म्हणणार नाही; पण तरीही एक सांगू का?''

''जरूर.''

''तुम्ही स्त्री आहात म्हणून माणसं पाठीशी उभी राहात असतील. एखाद्या पुरुषानं हा प्रकार केला तर भोसकाभोसकीपर्यंत मामला जाऊ शकतो. तुम्ही बाई आहात; तेव्हा...''

ती पटकन म्हणाली, ''माझ्या स्त्रीत्वाचाच मी फायदा उठवते आहे. मी अबला आहे असं मला मुळीच वाटत नाही. माणसं आपल्या पाठीशी उभी राहतात म्हटल्यावर स्त्रीत्वाचा फायदा चांगल्या कारणासाठीसुद्धा घेता येतो. वास्तविक मवाल्यांना वठणीवर आणणं कठीण नाही; पण त्यासाठी शारीरिक बळ कमावलेले पुरुष हवेत. तसे पुरुष पाच टक्के पण नाहीत. बायका घराबाहेर पडल्यास त्या समाज बदलू शकतात; पण त्यांना जाणीव नाही, वेळ नाही, दृष्टी नाही. त्यांना स्वतंत्र व्हायचंय. कांगावा करायचा तो 'स्त्री' म्हणून. मी मर्यादित प्रमाणात माझ्या स्त्रीत्वाचाच फायदा उठवते आहे, चांगल्या कारणासाठी.''

''पण?''

''मोठ्या प्रमाणावर ज्या चळवळी करायच्या त्या केल्याच पाह्यजेत; पण त्याच वेळेला ज्या गोष्टींचा मोठ्या प्रमाणावर उपद्रव होतो त्यांचाही परामर्श घ्यायला नको का? आपला देश हा थुंकणाऱ्यांचा देश आहे.''

एवढे बोलून, काखेत छत्री आडवी धरून, धक्का मारणाऱ्यांना छत्रीच्या अंतरावर ठेवीत ती गर्दीचा एक अंश झाली.

■

इंद्रधनुष्य सर्वांचे, रंग चतुरंगचे

काही काही माणसांचं सरळ रेघेशी वाकडंच असतं. नाकासमोर जाणाऱ्या रस्त्याचं वळण झुगारून देण्यात त्यांना आनंद वाटतो. मळलेल्या पायवाटा त्यांना स्वच्छ दिसत नाहीत. त्यांना स्वत:च्या पावलापुरती वेगळी जमीन हवी असते. स्वत:च्या पाऊलवाटेच्या खुणा मागे उरोत अथवा न उरोत. आपली वाट वेगळी होती व आहे, एवढी नशा त्यांना पुढची वाट दाखवते. ह्या त्यांच्या स्वनिर्मित वाटेवर सावल्या नाहीत. 'सावध, अपघाताची जागा शंभर फुटांवर आहे,' अशा विनोदी पाट्या नाहीत; कारण ह्या माणसांचा उभा प्रवासच धोक्याचा असतो. मुक्कामाचं ठिकाण गाठण्यासाठी किती मैल उरले हे सांगणारे दगड जोपर्यंत दिसत असतात, तोपर्यंत प्रवासाची उमेद वाढती राहते. मुक्कामाला पोहोचण्याचाच जरी मूळ हेतू प्रत्येकाचा असला तरीही, मुक्काम किती मैलांवर आहे हे समजण्यात तेवढीच लज्जत असते. पण स्वत:ची वाट स्वत: शोधणाऱ्या प्रवाशांना मुक्कामाचं ठिकाणच माहीत नसतं. म्हणूनच ही अनोखी वाट सतत धोक्याचीच.

ह्या माणसांच्या प्रवासातल्या पाट्या वेगळ्या. ह्या पाट्यांवर धूळ बसत नाही आणि म्हणूनच, निवडणुकीच्या लिलावात, 'आम्ही कसे श्रेष्ठ' हे सांगणारे फलकही ह्या पाट्यांवर कुणाला चिकटवता येत नाहीत; कारण ही माणसं अजून धूळपाट्या वापरतात.

धूळपाट्यांच्या अंगात, दगडी पाट्यांपेक्षा एक गुण वरचढ असतो. ह्या पाट्यांवर चरे उमटत नाहीत, म्हणूनच गतकाळातील दु:खद आठवणींची ह्या पाटीवर नोंद राहत नाही. प्रत्येक अनुभवाला म्हणूनच ही माणसं नव्यानं सामोरी जाऊ शकतात.

अशाच काही माणसांपैकी 'चतुरंग' संस्थेचे कार्यकर्ते. निमकर आणि कंपनी. चतुरंग संस्थेचे प्रारंभापासूनचे चार मुख्य आधारस्तंभ 'निमकर' ह्याच आडनावाचे. त्यांचं एकमेकांतलं नातं काय? तर वेगळ्या वाटेनं जायचं हेच नातं. संगीत, साहित्य, नाट्य, इत्यादी कलांच्यासाठी आणि ह्यांसारख्या निर्मितीसाठी जिवाचं रान करणाऱ्या नवोदितांसाठी चतुरंगने व्यासपीठ निर्माण केले. नवोदितांची त्यांची व्याख्या एकदम सुटसुटीत होती व अजून आहे. ह्या संस्थेनं जी एक जगावेगळी स्पर्धा आयोजित केली, तिचं नाव त्रिवेणी. ह्या स्पर्धेत फक्त नवोदितांना वाव होता. ज्यांचं एकही गाणं ध्वनिमुद्रित झालेलं नाही असा गायक व संगीत-दिग्दर्शक व ज्याची एकही निर्मिती पुस्तकरूपानं प्रकाशित व छापलेली नाही, तो नवोदित कवी. ह्या तीन घटकांनी एकत्र येऊन गीत सादर करायचं. पाच वर्षं आयोजित केलेल्या स्पर्धेत एकूण एकशे पंचेचाळीस स्पर्धकांनी भाग घेतला. सी. रामचंद्र, शंकर-जयकिसन, सुधीर फडके ह्यांच्यासारख्या संगीत-दिग्दर्शकांनी, प्रमुख पाहुण्यांच्या भूमिकेतून स्पर्धकांचं आणि संयोजकांचं कौतुक केलं.

ह्या स्पर्धेव्यतिरिक्त 'वाजे पाऊल अपुले', 'चंद्र नभीचा ढळला', 'वरचा मजला रिकामा', इत्यादी नाटकांचे संस्थेनं प्रयोग केले. ह्या सर्व उपक्रमांत गणेश सोळंकीसारखे कलावंत सातत्यानं निमकरांच्या मागे उभे होते.

संस्थेच्या स्थैर्यासाठी, श्री. सुधीर फडके ह्यांचं गीतरामायण, परवीन सुलताना ह्यांची मैफल, पं. कुमार गंधर्वांचं 'मला उमजलेले बालगंधर्व' अशा मैफलीही निमकरांनी घडवल्या. पण...

ह्यानंतरचा मजकूर लिहिणंच फार कठीण आहे; कारण हमखास पैसे मिळवून देणाऱ्या ह्या कार्यक्रमांतून संस्थेला पैसा मिळू शकला नाही. ह्या ना त्या कारणानं आडाखे चुकत गेले आणि चतुरंगवर लोभ करणाऱ्यांना आर्थिक झळ सोसावी लागली. पण तरीही 'निमकर आणि कंपनी'च्या कपाळावर आठी नाही. आपण अनेक रसिकांना, श्रोत्यांना श्रवणसुख दिलं ह्याचाच मनमुराद आनंद. आपल्या संयोजनात कमतरता नव्हती ह्याचीच नशा.

आणि इथंच मला चिंता वाटते ती ह्या न संपणाऱ्या धोक्याच्या प्रवासाची. मुळातच विद्याधर निमकर आणि त्यांच्या टोळीला हे असं काहीतरी करावंसं वाटलं ते रत्नागिरी जिल्ह्यातल्या काही खेडेगावांसाठी. अनेक गावांना अद्यापि वर्तमानपत्रं जात नाहीत. त्यांपैकी पाच गावांना वृत्तपत्रं, संस्थेच्या खर्चानं पाठविण्याची योजना चतुरंगनं सुरू केली. त्याव्यतिरिक्त शाळांना पिण्याच्या पाण्यासाठी स्टीलची पिंपं, ग्लासेस पुरवणं, पुस्तकं-वह्या नकाशे व अन्य स्टेशनरी पाठवणं, इत्यादी उपक्रम चालूच आहेत.

प्रश्न आहे पैशाचा.

निमकर मंडळींचं गणित सतत चुकतंय. व्यापाचा व्यापार करायचं तंत्र त्यांना अजून जमलं नाही, ह्याचा खेद नाही; पण ते त्यांनाच जमावं असं वाटत नाही ह्याचं वाईट वाटतं. आपल्याला पैसा नाही मिळाला; पण आपण श्रोत्यांना आनंद तर दिला ना? ह्या अपयशाचीच माझ्या ह्या मित्रांना नशा चढत आहे. परिचय झाल्यापासून मी त्यांना सांगतोय की, 'ज्याला देण्याची इच्छा आहे, त्यांनी प्रथम मिळवलं पाह्यजे. लोकांना काहीही फुकट देऊ नका. खानावळीत आमटी फुकट म्हटलं की आपण पाच-पाच वाट्या संपवतो. भाजीला वाटीमागं पन्नास पैसे म्हटलं की एका वाटीत भागवतो. तेव्हा जागे व्हा. संस्थेसाठी काही मोजक्याच माणसांनी सतत पदरमोड करणं ह्याला मर्यादा आहेत. आर्थिक फटके खाण्याचा एक कैफ असतो. तसं करू नका. माझं ऐका. तो आनंद फार काळ लुटू नका.'

निमकर नुसतं हसतात. पटल्याचं दाखवतात; पण त्यांचा चेहरा त्यांच्या मनोव्यापारांना साथ देत नाही. ह्या वेड्या जिंदादिल माणसाला साथीदारच मिळणार नाही असं मला वाटलं होतं; पण प्रत्यक्षात तसं घडलेलं नाही. निमकर आडनावाच्या तीन-चार सहकाऱ्यांव्यतिरिक्त शरद जोशी, माधवाश्रमाचे महाजन, प्रकाश भोळे, सुधा मुरकुटे, स्मिता जुवळे, सुरेश आरेकर, अशा किती वेड्यांची नावं घ्यावीत?

स्वार्थासाठी वेड घेतलं की माणूस एकटा पडतो. समाजाच्या सुखाचं वेड घेतलं की साथीला माणसं कमी पडत नाहीत.

देणगीदारही मग धाव घेतात. गेल्या अकरा वर्षांच्या वाटचालीत प्रफुल्ला डहाणूकर, सुधीर दामले, शरदिनी डहाणूकर, महाजन, निर्मला गोगटेसारख्यांनी कितीतरी वेळा पालखीचा भार पेलला आहे. ही मंडळी अजून पाठीशी राहतीलही; पण त्यांनी किती काळ राहावं? थोडा आत्मविश्वास वाढला की मूल आपणहोऊन पांगुळगाडा नको म्हणतं, त्याप्रमाणे चतुरंगच्या अंगात शक्ती कधी येणार?

निमकर माझं ऐकतील का?

'गुड त्रिवेणी'च्या निमित्तानं त्यांनी जोरदार कार्यक्रम आखला आहे. त्या दिवशी ते यशस्वी स्पर्धकांच्या गाण्याच्या कॅसेट्स काढणार आहेत. कॅसेटस्च्या बाजारात जबरदस्त लुटल्या गेलेल्या माझ्यासारख्या लेखकाचं त्यांनी ऐकलेलं नाही.

'एक कलाकार - एक संध्याकाळ'सारखा अत्यंत आकर्षक, योजनाबद्ध कार्यक्रमही ते रसिकांना विनामूल्य देत आहेत. माधवाश्रमाचे महाजन त्यांना

आपली वास्तू प्रेमापोटी वापरायला देतात. निमकर माझं ऐकत नाहीत, म्हणूनच मी चतुरंगच्या चाहत्यांकडे धाव घेत आहे. आम्ही विनामूल्य कार्यक्रम स्वीकारणार नाही, असा आता तुम्ही हट्ट धरा. तुमच्या पैशाच्या बळावर रत्नागिरी जिल्ह्यातील अनेक मुलांना शिक्षण मिळेल. कलेचा आनंद भविष्यकाळात लुटता येईल. कदाचित 'चतुरंग'ला भावी काळात 'वारस' मिळेल. कारण, कुणी सांगावं, मळलेल्या पायवाटेवरचा प्रवास नाकारणारे काही निमकर अशाच कोणत्या तरी गावात, चतुरंगने पाठवलेल्या वर्तमानपत्राची प्रतीक्षा करीत असतील.

निमकर ऐकत नाहीत, 'चतुरंग'चे चाहते ऐकतील का?

'शादी किसी की भी हो...'

श्रीकृष्णांनी दुर्योधनाला विचारलं,
''ह्या सभेत सज्जन नागरिक किती आहेत ते दाखव.''
दुर्योधन म्हणाला, ''एकही नाही.''
त्यानंतर श्रीकृष्णांनी तोच प्रश्न अर्जुनाला विचारला; तर अर्जुन लगेच म्हणाला,
''किती सज्जन माणसं दाखवू? मला तर इथं एकही दुष्ट प्रवृत्तीचा माणूस दिसत नाही.''
कलावंताच्या आयुष्यातले आनंदाचे क्षण सांगायचं मानलं तर खरोखरच ते किती सांगावेत, असा माझ्यासमोर आत्ता प्रश्न पडलाय.
बसमधून जाताना ह्या विषयाच्या निमित्तानं काय काय सांगता येईल, कसं मांडता येईल, ह्याचं चिंतन चाललं होतं. बसमध्ये नेहमीसारखी खेचाखेच. सगळ्या प्रवाशांनी पैसे सारखेच द्यायचे; पण काहींनी आरामात बसून जायचं. इतरांनी ताटकळत शेवटपर्यंत उभं राहून जायचं. हातातलं सामान सांभाळायचं. कंडक्टर जाता-येता घासून, चिकटून जाणार ते सहन करायचं. त्याची तिकिटांची 'फट्-फट्' अशी कर्कश आवाज करणारी पेटी टोचली तरी बोलायचं नाही. अचानक ब्रेक मारला गेला तर तोल सांभाळायचा. रांगेतल्या समोरच्या माणसावर आपटायचं नाही, आपल्यावर कुणी आपटलं तर निमूट राहायचं.
मन असं विषण्ण होत असतानाच गंमत झाली. माझ्यासमोर बसलेल्या दोन अनोळखी प्रवाशांत चर्चा सुरू झाली. समोरच्या प्रवाशाला तिकीट काढायचं होतं आणि कंडक्टर त्याच्यापासून बऱ्याच अंतरावर होता. त्या प्रवाशाचं

उतरण्याचं ठिकाण जवळ आलेलं. बसचा मागचा दरवाजा उतरायला सोपा. त्या प्रवाशानं खिशातून एक रुपया काढला. तो शेजारच्या प्रवाशाला दिला आणि तो म्हणाला,

"मी आता उतरतोय; पण माझ्यातर्फे तुम्ही माझं एक रुपयाचं तिकीट काढा."

इतकं बोलून तो प्रवासी मागच्या मागे उतरला. आता माझं लक्ष रुपया घेणाऱ्या प्रवाशाकडे राह्यलं. तीन-चार स्टॉप्स गेल्यावर कंडक्टर त्या मागच्या बाकावरच्या माणसापर्यंत पोहोचला.

स्वत:चं तिकीट काढून झाल्यावर त्या माणसानं कंडक्टरकडे आणखी एक रुपया दिला आणि तीन-चार स्टॉप अलीकडे उतरलेल्या प्रवाशाची माहिती दिली. मी मग आणखी औत्सुक्यानं आता कंडक्टरकडे पाहू लागलो.

कंडक्टरनं शांतपणे तो रुपया ताब्यात घेतला. एक रुपया किमतीचं तिकीट तिकिटाच्या बॅगेतून काढलं, त्या तिकिटाचे फाडून दोन तुकडे केले आणि ते खिडकीतून बाहेर फेकून दिले.

मी सबंध दिवस आनंदात होतो.

महापालिकेतील सत्तावीस वर्षांच्या नोकरीत तर अनेक घटना घडल्या आणि अनेक माणसं पाह्यली; पण व्ही. डी. देसाई ह्या माणसाच्या मनाच्या मोठेपणाबाबत काय सांगावं? Interior Decoration नावाचा प्रकार महापालिकेच्या इतिहासात मी सुरू केला, असं मी स्वाभिमानानं सांगू शकतो. नेरूरकर नावाचा एक साधा ड्राफ्टस्मन; पण त्याचा ह्या विषयातला अभ्यास परिपूर्ण होता. आम्ही देसाईसाहेबांच्या केबिनचं 'इंटीरियर' केलं. त्यानंतर खोल्या सजवण्याची, सुशोभित करण्याची लाटच पसरली. व्ही. डी. देसाईंकडे जागतिक बँकेची बडीबडी परदेशी मंडळी सतत येत असत.

एकदा अचानकपणे व्ही. डी. देसाईंकडून आमंत्रण आलं. डेप्युटी कमिशनरकडून आमंत्रण म्हणून क्षणभर ऊर्ध्व लागला. त्यांचं केबिन गाठेपर्यंत 'काय काम असावं?' असे तर्क चाललेच होते.

केबिनमध्ये पाऊल ठेवलं तर देसाईंच्या केबिनमध्ये एक गोरापान युरोपियन ऑफिसर. कदाचित अमेरिकेतला असेल. चकचकीत गोरी कातडी असली की माणसाचं गाव ठरवणं मुष्कील.

साहेबांनी इंग्रजीत सांगितलं, 'हे फ्रँकलिन. वर्ल्ड बँकेच्या कामासाठी येतात. माझ्या ऑफिसचं फर्निचर पाहून त्यांना ह्याचा आर्किटेक्ट कोण आहे ते हवं होतं. तेव्हा तुम्हाला बोलावलं.

फ्रँकलिनबाबानं मला शेकहॅण्ड केला.

मी केबिनच्या बाहेर पडलो.
महापालिकेत मी जवळपास सगळ्यांच्या ऑफिसेसचं इंटीरिअर करून दिलं होतं. वाघासारखा जबरदस्त असिस्टंट नेरूरकर ड्रॉइंगजमागून ड्रॉइंग्ज करणारा होता; पण चांगलं काम केल्याबद्दल कौतुक करण्याची दानत व श्रीमंती एकाही डेप्युटी कमिशनरकडे नव्हती. ती फक्त व्ही. डी. देसाईंकडे होती.
मी सणक आली म्हणून आमचे पी. आर. ओ., पंडित ह्यांच्याकडे गेलो. गप्पा होता होता मी विचारलं,
''पंडित, एखाद्या माणसानं चांगलं काम केलं तर लगेच त्याचा पगार वाढवता येत नाही; पण 'तू चांगलं काम केलंस' अशी शाबासकी द्यायला कमिशनरचं सँक्शन लागतं का, ते सांगा.''
पंडित म्हणजे विसाव्या शतकातले महापालिकेतले बिरबलच. किडकिडीत बांधा, कडकडीत इस्त्रीचा शर्ट. डोळे भेदक. एकशे चाळीस नगरसेवक आणि अनेक कमिशनर्सची सर्कस चालवणारे. ते गंभीर होत म्हणाले,
''कमिशनरचं सँक्शन लागणार नाही कदाचित; पण नंतर ऑडिट क्वेरी होईल. त्याचं काय?''

दोन दिवसांच्या कामासाठी पुण्याला गेलो होतो. डेक्कन जिमखान्यावरच्या एका गल्लीतून जात असताना एक गंमत घडली. पाच-सहा वर्षांचा किंवा कदाचित मोठा असेल, तो दोनचाकी सायकल चालवायच्या खटाटोपात. सायकल त्या मुलाच्या मानानं उंच. मग एकदा डावीकडे आणि एकदा उजवीकडे पृष्ठभाग झुकवत त्याची धडपड चालू. हे वाहन आपल्याला आता चालवायला यायला लागलं, ह्याचा चेहऱ्यावर विलक्षण आनंद.
आणि आता बघता बघता एक घोटाळा होणार. पुण्यातले एक पेन्शनर, कदाचित कानांनी अधू. हातात काठी, पाठमोरे चाललेत. ते पोरगं जिवाच्या आकांतानं घंटी वाजवत आहे. म्हातारबुवांच्या ते गावी नाही. सायकल पटकन बाजूला घ्यावी ह्याचं प्रसंगावधान त्या नवोदित स्वारास नाही.
जे घडायचं तेच झालं.
पेन्शनरबुवांच्या दोन्ही तंगड्यांत सायकलचं पुढचं चाक. तो पोरगा पडला. म्हातारबुवा पडले. त्यांच्या मांडीला रक्त येईतो खरचटलं. तरी ते उठले. त्यांनी प्रथम हातात काठी घेतली. तो मुलगा सायकलखाली अडकलेला. म्हातारा जवळ आल्यावर, अंगावरची सायकल उचलायचं विसरून तो मुलगा थरथर कापू लागला. त्याचे डोळे भरून आले. म्हाताऱ्यानं सायकल उचलली. त्या मुलाला जवळ घेतलं आणि म्हटलं, ''बाळ, घाबरू नकोस. ऊठ. माझ्या

लहानपणी मी अशीच सायकल शिकलो.

अरू खाली मान घालून उभा. समोर रामूभय्या.
“अरू, काय झालं?”
“बाबा. मी इंटरसायन्सला नापास झालो.”
रामूभय्या काही वेळ गप्प बसले. नंतर त्यांनी विचारलं,
“वर्षभरात आणखी काय झालं?”
“दोन नव्या गझला शिकलो.”
“क्या बात है!” म्हणत रामूभय्या उठले. त्यांनी रवीला हाक मारली.
“पाच रुपयांचे पेढे घेऊन ये. आपला अरू दोन नवीन गझला शिकला.”
रवी गेला.
“बाबा...”
“बाबा काय, पेटी काढ. गझल ऐकव.”
अरुण उभाच होता. रामूभय्या म्हणाले,
“तुझ्या कॉलेजमधली किती पास झाली?”
“दोनशे एकवीस.”
“त्यांच्यापैकी किती जणांना गझल येते?”
“एकालाही नाही.”
“नापास किती झाली?”
“सत्तर-ऐंशी असतील.”
“त्यांच्यापैकी किती जणांना गझल येते?”
“कुणालाच नाही.”
“मग काय तर? आता गझल ऐकव.”
–तोपर्यंत रवी पेढे घेऊन आला. अरुणनं दोन गझला म्हटल्या.
रामूभय्यांनी त्याच्या हातावर पेढे ठेवीत म्हटलं,
“मस्त गायलास. माझं भविष्य लक्षात ठेव. एक दिवस तू लताबरोबर गाशील. तुझ्या हातावर हे असे पेढे देण्यासाठी मी असेन किंवा नसेन; पण माझ्या शब्दांवर विश्वास ठेव. तू लताबरोबर गाणार.”
रामूभैय्यांचं भविष्य खरं ठरलं. लता आणि अरुण दाते ह्यांची ‘संधीकाली ह्या अशा’ ही ध्वनिमुद्रिका प्रकाशित झाली. मंगेशकर कुटुंबीयांनी अरुणसारख्या जिवाभावाच्या मित्राला खास मंगेशकरी हिसका दाखवला, ते विसरायचं.
रामूभैय्यांचं भविष्य खरं ठरलं. हे महत्त्वाचं. पण त्याहीपेक्षा जास्त आनंददायी क्षण मागं रेंगाळतो, तो लता-अरुणच्या ध्वनिमुद्रिकेपेक्षा महत्त्वाचा आहे.

ध्वनिमुद्रिका मागं रेंगाळत नाही इतका तो प्रसंग मागं राह्यला आहे. गाणं संपलं तरी तानपुऱ्याचा आवाज 'गाभारा' भरून व्यापतो तसा तो प्रसंग.

रामूभैय्या ही मैफल सोडून खूप वर्षांपूर्वी गेले होते. गाणं संपलं. रेकॉर्डिंग 'ओके' झालं आणि आमचा सगळ्यांचा निरोप घेऊन अरुण घरी गेला.

रामूभैय्यांच्या तैलचित्रासमोर उभा राह्यला. भरून आलेल्या आवाजात म्हणाला,

''बाबा, तुमचे शब्द खरे ठरले. मी आज 'लताबरोबर' गायलो. हातावर पेढे ठेवायला मात्र...''

अरुणचं वाक्य अर्धं राह्यलं ते पाठीवर कुणीतरी हात ठेवला म्हणून. वळून पाह्यलं तर मागे अरुणचा धाकटा भाऊ, रवी.

रवी म्हणाला,

''तू बाबांच्या फोटोसमोर सापडणार, हे मी ओळखलं होतं. मी पेढे आणले आहेत.''

वानगीदाखल आठवलेले हे काही क्षण मांडले. 'चर्चा'चा सगळा दिवाळी अंक ह्या अशा क्षणांनी लिहून काढता येईल. अगदी स्वत:च्या आयुष्यातले क्षण तर अगणित; पण तशा क्षणांची वेगळी नोंद करायचं कारणच काय?

''शादी किसी की भी हो, अपना दिल गाता है।''

ह्या वृत्तीचं वरदान देऊन परमेश्वरानं आपल्याला पाठवलं आहे. त्यामुळे कोणतीही दोन माणसं एकमेकांत किंवा इतरांशी माणुसकीनं वागली, की इथं इंद्रधनुष्य पडतं, कारंजी उडतात, मोगरा दरवळतो आणि सनईच्या सुरांनी मनाचा आरसेमहाल भरून जातो.

■